தியாக சீலர்

கக்கன்

இளசை சுந்தரம்

அறம் TM
பதிப்பகம்

தியாக சீலர் கக்கன்

இளசை சுந்தரம்

முதல் பதிப்பு: ஏப்ரல் 2023

வெளியீட்டு எண்: 110

வெளியீடு: அறம் பதிப்பகம்

Thiyaga Seelar Kakkan

Author: Elasai Sundaram

First Edition: April, 2023

Published by: Aram Publication
Address: No. 3/582, Mullai street,
Kasthuribai nagar, Mullipattu village & post
Arani Taluk - 632 316
Tiruvannamalai Dt, Tamil nadu
Contact Cell No: 9150724997
e-mail: arampublication50@gmail.com

Designer: G. Murugan

Printed at: Durga printers, Chennai-14

ISBN: 978-93-91480-77-6

Pages: 212 Price: INR 260

வெள்ளையர்களிடமிருந்து எமது நாட்டிற்கு
விடுதலையைப் பெற்றுத் தர இரத்தம் சிந்தி
உயிர் நீத்த தேச விடுதலை வீரர்களின்
பொற்பாதங்களுக்கு

என்னுரை

காலம் என்ற சிற்பி நம்மைச் செதுக்குகிறான். நாம் சிற்பம் ஆகப்போகிறோமா? சிதறி விழும் கற்களாக ஆகப்போகிறோமா? சிற்பமாகத்தான் ஆக வேண்டும்.

உளியின் வலிக்குப் பயந்த கல், சிற்பமாக முடியாது; துளையிடப்பட்ட மூங்கில்தான் புல்லாங்குழல் ஆகமுடியும். சுடப்படாத தங்கம் சுடர் விட முடியாது; அடிக்கப்படாத இரும்பு ஆயுதம் ஆக முடியாது; உருளுகின்ற கற்கள்தான் உருண்டையாக முடியும். சரித்திரம் படிப்பது மட்டும் முக்கியமன்று; சரித்திரம் படைக்கவும் வேண்டும். தடம் பார்த்து நடப்பது மட்டுமன்று; நாமே புதிய தடம் பதிக்க வேண்டும். உலகத்தைப் பார்த்து நாம் வியப்பது முக்கியமன்று; உலகம் நம்மைப் பார்த்து வியக்க வேண்டும்.

சுருக்கமாகச் சொல்லப் போனால் உயிரோடு வாழ்வது மட்டும் வாழ்க்கையன்று; உயிர்ப்போடு வாழ வேண்டும். இப்படிப்பட்ட இலக்கணங்களுக்கெல்லாம் எடுத்துக்காட்டாக வாழ்ந்தவர்தான் தியாகச்சீலர் கக்கன்ஜி அவர்கள். பெருந்தலைவர் காமராசரைப்பற்றிய நூலை எழுதிய, நான் அவருடைய தொண்டரான கக்கன்ஜி அவர்களைப்பற்றியும் புத்தகம் எழுத வேண்டும் என்று ஆசைப்பட்டேன். அதைத் தூண்டி எழுதப் பணித்தவர் சென்னை மதுரா டிராவல் உரிமையாளரும் மனிதநேய மாமனிதருமான ஐயா வீ.கே.டி.பாலன் அவர்கள். நான் எழுதிய காமராஜ் பெருந்தலைவர் எனும் நூலை வெளியிட்டவரும் அவர்தான். கக்கன்ஜி பற்றிய இந்த நூலை வெளியிடுபவரும் அவர்தான். வணிக நோக்கமின்றி தனது தேசியக் கடமையாக அவர் இதைச் செய்து கொண்டிருக்கிறார், நான், கக்கன்ஜிபற்றி நூல் எழுத தகவல்களைத் திரட்டத் தொடங்கிய போது அது அவ்வளவு கடினமானது அன்று என நினைத்தேன்; ஆனால், அது மிகவும் கடினமாகவே அமைந்தது. அந்தத் தேடலில் கிடைத்த கசப்பான அனுபவங்களையே தனி நூலாக எழுதலாம்.

சென்னை கன்னிமாரா நூலகத்தில் கைவிரிப்பு, சென்னை ஆவணக்காப்பகத்தில் ஏற்பட்ட அவமானம், ‘பிற

நூலகங்களிலும், அவரைப்பற்றிய நூல் இருக்கலாம், தேடி எடுத்துக் கொள்ளுங்கள்' என்ற அலட்சியமான பதில்கள், இன்னும் எத்தனை எத்தனையோ...

நண்பர் சர்தார் கொடுத்த, கணபதி என்பவர் எழுதிய சிறு புத்தகம், தும்பைப்பட்டி கக்கனின் மணி மண்டபத்தில் உள்ள ஒரே ஒரு புத்தகத்தின் நகல், (முனைவர் அரங்க சம்பத்குமார் எழுதியது) வேறு சில சிறு சிறு கட்டுரைகள், சர்வோதய இதழ்களில் சேகரித்த சில செய்திகள், தும்பைப்பட்டி கிராமம் சென்று, கக்கன்ஜி அவர்களின் உறவினர்களிடம் கேட்டறிந்த செய்திகள், ம.பொ.சி எழுதிய விடுதலைப் போராட்டத்தில் தமிழகம் என்ற நூலில் கிடைத்த செய்திகள், திரு.முக்தா சீனிவாசன் எழுதிய ஒரு கட்டுரை, வரலாற்றுப் பேராசிரியர் முனைவர் பொன்னு சர்வோதய இதழில் எழுதியிருந்த கட்டுரை, திருமதி.சரளா, கக்கன்ஜி பற்றி செய்திருந்த எம்ஃபில் ஆய்வு, பேராசிரியர் ரேவதிகிருபாகரன் தந்த சில குறிப்புகள், இப்போது மதுரையில் வாழ்ந்து கொண்டிருக்கும் கக்கன் அவர்களின் தம்பி வடிவேல் வழங்கிய சில தகவல்கள், கக்கன் அவர்களின் மகள் க.கஸ்தூரிபாய் வழங்கிய நினைவலைகள், கக்கன் நூற்றாண்டு விழா மலர், இப்படித் தேனீயாகத் தகவல்களைச் சேகரித்து, இந்த நூலை வழங்கியிருக்கிறேன்.

யார்யாருக்கோ நூல்கள் உள்ள இந்த நாட்டில் தன்னலமற்ற தேசத்தொண்டர் கக்கன்ஜிபற்றி அதிக நூல்கள் இல்லையே என்பதுதான் எனது ஆதங்கம். நூலாக்கத்தில் உதவிய பேராசிரியர் ரேவதி சுப்புலட்சுமி அவர்களுக்கும், எழுதத்தூண்டிய, பதிப்பித்து வெளியிடுகிற ''கலைமாமணி'' வீ.கே.டி. பாலன் அவர்களுக்கும் நன்றியைத் தெரிவித்துக் கொள்கிறேன்.

இவண்
இளசைசுந்தரம்,
மதுரை வானொலி முன்னாள், இயக்குநர்,
நிர்மல் BS-3, அக்ரிணி குடியிருப்பு,
மதுரை– 625 003.
மின் அஞ்சல்: http://ilasaisundaram.com/
humourkingilasai@yahoo.com

பொருளடக்கம்

1. தும்பைப்பட்டியில் பிறந்த தூயவர்

இந்த உலகத்தில் இப்போதெல்லாம் மக்கள் தொகை பெருகிக் கொண்டிருக்கிறது. ஆனால் மனிதர்கள் தொகை குறைந்து கொண்டே வருகிறது. இது ஓர் அறிஞரின் கணிப்பு. அதிர்ச்சியாக இருந்தாலும் இது தான் உண்மை. உருவத்தில் மனிதர்களாக இருக்கிற பலர் மனதால் மனிதர்களாக இருப்பதில்லை. உருவத்தாலும், உள்ளத்தாலும் மனிதனாக வாழ்ந்து காட்ட தும்பைப்பட்டியில் ஒரு பிள்ளை பிறந்தது. அதுதான் கக்கன் என்ற பிள்ளை.

தமிழகத்தின் வரலாற்றில் மதுரை மாவட்டத்திற்கென்று தனி மகத்துவம் உண்டு. மதுரை மாவட்டத்திலுள்ள மேலூர் பகுதியில் நாட்டுக்கள்வர்கள் பெரும்பான்மையினராக வாழ்ந்து வந்தார்கள். இவர்கள், மதுரை நாயக்கர்களின் காலத்திலும் பின்னர் ஆங்கிலக் கிழக்கிந்தியக் கம்பெனியின் காலத்திலும் ஆட்சியாளர்களுக்கு அடிபணிந்து போகாமல் தன்னரசு கொண்ட தனிக்கள்ளர் நாடாகவே இருந்துவரப் போராடி வந்துள்ளனர். மதுரை அரசிற்கு எதிராக, வடக்கேயிருந்து வரும் படைகளை எதிர்த்துச் சமாளிக்க, இந்த நாட்டுக்கள்ளர்களின் ஆதரவு மதுரையின் ஆட்சியாளர்களுக்குத் தேவைப்பட்டது. எனவே தான் வல்லமை வாய்ந்த மதுரை திருமலைநாயக்கரும் அரசியல் கயமை நிறைந்த கான்சாகிப்பும் இக்கள்ளர்களின் தன்னாட்சியைப் பொறுத்துக் கொண்டிருந்தது மட்டுமின்றி, அவ்வப்பொழுது தட்டிக்கொடுத்து வேலை வாங்கியும் வந்தார்கள். ஆங்கில ஆட்சியாளர்கள், இக்கள்ளர்களின் தொல்லை தாங்கமுடியாமல் இவர்களைக் கொள்ளையர்கள் என்றும், கொடியவர்கள் என்றும், குற்றப்பரம்பரையினர் என்றும் குறித்து வைத்துள்ளனர். ஆனால், இக்கள்ளர்களின் கிராம உள்ளாட்சி முறையும் நாட்டுப்புறப் பழக்க வழக்கங்களையும், கலைப்பிரியங்களையும், கோவில்களையும் அதனைச் சார்ந்த திருவிழாக்களையும் மையமாகக் கொண்டு அமைந்த இவர்களின் சமூகவாழ்வும், அதில் அவர்கள் கடைப்பிடித்த

ஒழுங்கும், கட்டுப்பாடுகளும் ஆங்கிலேயர்கள் அறியாதவை. தமிழகத்தின் ஏனைய பகுதிகளில் முக்குலத்தோரையும் அரிசனமக்களையும் இணைந்து வாழச் செய்யவிடாமல், கூர்மதி கொண்டவர்களின் சதியினால் இனக்கலவரங்கள் ஏற்பட்ட காலத்தில் கூட இப்பகுதியில் கள்ளர்களும், அரிசனமக்களும் தங்கள் பொறுப்புகளை உணர்ந்து இணைந்தே வாழ்ந்து வந்துள்ளனர். கள்ளர்களின் திருவிழாக்களில் அரிசன மக்கள் சாமியாடிக் குறி சொல்லுவதும் அரிசன மக்களைப் பூசாரிகளாகக் கொண்ட கோவில்களில் கள்ளர்கள் வழிபாடு செய்து விபூதி பெற்றுக்கொள்வதும் வருடப்பிறப்பு சித்திரை மாதம் முதல்நாளில், கள்ளர்கள் கையில் வெற்றிலை பிடித்து ஏர்பிடித்து உழும்நாளில் அரிசனக்குடிகளைத் துணைக்கு அழைத்துச் செல்வதும் இன்றும் கண்குளிரக் காணவேண்டிய காட்சிகளாகும். அந்தளவிற்கு அங்கு பொறுப்பு, கண்ணியம், பாசம், விசுவாசம், சகிப்புத்தன்மை ஆகியன இருந்து வந்தன. இக்கள்ளர்களின் நாட்டுப் பிரிவினையில், மேலூரை மையமாகக் கொண்ட நடுவி நாடும், கிழக்கே வெள்ளமேற்கே வல்லாளபட்டி, அழகர் கோவிலை மையமாகக் கொண்ட மேலநாடும், வடக்கே அட்டட்டியை மையமாகக் கொண்ட சிறுகுடி நாடும் இன்றும் கள்ளர்களின் சமுதாய வாழ்வில் முக்கிய இடத்தைப் பெற்றுவருகின்றன, இதில் சிறுகுடி நாட்டைச் சார்ந்த கிராமம் தும்பைப்பட்டியாகும்.

மதுரையிலிருந்து திருச்சி செல்லும் நெடுஞ்சாலையில் மேலூருக்கு வடக்கே ஏழு கிலோ மீட்டர் தொலைவில் தும்பைப்பட்டி அமைந்துள்ளது. மதுரையிலிருந்து 37 கிலோமீட்டர் தொலைவில் உள்ளது. 1990-ம் ஆண்டின் நிலவரப்படி, தும்பைப்பட்டிக் கிராமத்தின் மக்கள்தொகை 2,647 என்றுதான் இருந்தது என்றால், கக்கன்ஜி பிறந்த காலத்தில் அதன் மக்கள்தொகை எவ்வளவு சிறியதாக இருந்திருக்கும் என நினைத்துப் பார்க்க முடிகிறது. கக்கன்ஜி பிறந்து வளர்ந்த கிராமம் இதுவேயாகும். இங்குள்ளோர் தும்பைப்பூமாலை போட்டு மகிழ்ந்ததால் தும்பைப்பட்டி என்ற பெயர் எழுந்தது.

2. பெற்றோருக்கு ஏற்ற பிள்ளை

கக்கன்ஜியின் தகப்பனார் பெயர் பூசாரிகக்கன். தாயார் பெயர் குப்பி. இவர்தம் முன்னோர்கள் தஞ்சை மாவட்டத்தில், திருவாரூருக்கு அருகிலுள்ள கர்காற்குடி என்ற இடத்தைச் சேர்ந்தவர்கள். இவர்தம் தகப்பனாருக்கும், தாயாருக்கும் 1901-ம் ஆண்டு திருமணம் நடைபெற்றது. தாயார் குப்பி, தும்பைப்பட்டி கிராமத்தைச் சேர்ந்தவர். திருமணமானவுடன் தாயும், தந்தையும் தும்பைப்பட்டிக்கே குடிபெயர்ந்தனர்.

இத்தம்பதியினருக்கு நான்கு ஆண் மக்கள். மூத்த மகன் பர்மாவில் தனது 15-ஆம் வயதில் இறந்து விட்டார். இரண்டாவது மகன் வடிவேல் மூன்று வயதில் காலரா நோயினால் காலமானார். மூன்றாவது மகன் தான் கக்கன்ஜி. இவர் 18.06.1909 ஆம் நாள் பிறந்தார். நான்காவது மகன் பெரியகருப்பன் என்பவர், தற்சமயம் தும்பைப்பட்டியிலுள்ள வீரகாளி அம்மன் கோவில் பூசாரியாகப் இருந்தார்.

தும்பைப்பட்டி வீரகாளி அம்மன் கோவில், கள்ளர் நாட்டில் புகழ்பெற்றது. தும்பைப்பட்டிக் கள்ளர்களின் திருவிழா இன்றும் இக்கோவிலை மையமாக வைத்து நடைபெற்று வருகிறது. கக்கனின் தகப்பனார், இறையுணர்வு மிக்கவராகவும் கண்ணியமானவராகவும் தனித்து விளங்கியதால், கிராமத்தைச் சேர்ந்த நாட்டார்கள் அவரை வீரகாளியம்மன் கோவில் பூசாரியாக ஏற்றுக் கொண்டார்கள். சாதிக்கொடுமைகளும் சமுதாய ஏற்றத்தாழ்வுகளும் நிறைந்த அந்தக் காலத்தில் நாட்டுக்கள்ளர்கள் ஓர் அரிசன வகுப்பைச் சார்ந்தவரைப் பூசாரியாக ஏற்றுக்கொண்டு, பயபக்தியுடன் அவர் கையால் திருநீறு வாங்கிப் பூசிக்கொள்ளும் பழக்கம் அக்காலத்திலேயே இருந்து வந்தது என்றால் இதில் பாராட்டிற்கு உரியவர்கள் இருதரப்பினருமே ஆவார்கள். குறிப்பாகக் கக்கனின் தகப்பனாரின் ஆளுமைத்திறன், ஆன்மீக உணர்வு, கண்ணியமிக்க தூயவாழ்வு ஆகியன அனைத்துத் தரப்பு மக்களையும் கவர்ந்திருக்கிறது என்பதை இங்குக் கூர்ந்து நோக்க வேண்டும்.

கக்கன், ஒன்பது வயதுடைய சிறு பையனாக இருந்தபோது அவரைப் பெற்ற தாய் 1918-ஆம் ஆண்டு மரணமடைந்தார். பின்னர் 1920-ஆம் ஆண்டு, இவர்தம் தகப்பனார், முதல் மனைவியின் தங்கை பறம்பி என்பவரைத் திருமணம் செய்து கொண்டார். இவர் மூலம் மேலும் நான்கு மகன்கள் பிறந்தார்கள். மூத்தமகன் வெள்ளைக்கக்கன் என்பவர் காதி போர்டின் இயக்குநராகப் பணியாற்றியவர். இரண்டாவது மகன் முன்னோடி என்பவர் தென்னக ரயில்வேயில் அதிகாரியாகப் பணியாற்றிவிட்டு ஓய்வு பெற்றுள்ளார். கக்கன் பற்றிய நூலை எழுதுவதற்கு மிகவும் தூண்டுகோலாய் அமைந்தவர்களில் இவரும் ஒருவர். மூன்றாவது மகன் வடிவேல் என்பவர், 'மதுரா கோட்ஸ்' நிறுவனத்தில் பணியாற்றியவர். தற்சமயம் சமுதாயப் பொதுப்பணிகளில் ஈடுபாடு கொண்டவராகவும் அரசியல் பிரமுகராகவும் விளங்கி வருகின்றார். இந்நூல் ஆசிரியரின் நீண்ட கால நண்பரும் ஆவார். இவரின் மகள் கீதா வரலாற்றில் எம்.பில். பட்டம் பெறக்காத்துக் கொண்டிருக்கிறார். தனது பெரியப்பா கக்கன்ஜியின்பால் மிக்க நாட்டம் கொண்டு அவரைப்பற்றி ஆய்வுகள் செய்துள்ளார். மேலும் விரிவான ஆய்வை மேற்கொண்டு, அதன் மூலம் முனைவர் பட்டம் பெறும் தகுதிகளையும் இவரிடம் காண முடிகிறது. நான்காவது மகன் வழக்கறிஞராகச் செயல்பட்டு வருகிறார். கக்கன்ஜி தனது சின்னம்மா மீதும், சகோதரர்களின் மீதும் மிகுந்த அன்பும் பாசமும் கொண்டிருந்தார். இவர்தம் தந்தை, தனது 92-ஆம் வயதில், 1957 ஆம் ஆண்டு இயற்கை எய்தினார்.

3. கக்கன்ஜி கற்ற கல்வி

கக்கனின் பெற்றோர் வறிய வாழ்வு வாழ்ந்து வந்தனர். சிறு நிலத்தின் வருமானம் போதுமானதாக இல்லாத நிலையில், சிரமப்பட்டுக் கொண்டிருந்தனர். சிறுவன் கக்கன் எடுபிடி வேலைகளில் ஈடுபடுத்தப்பட்டான் என்றாலும், தம் மகனை எப்படியாவது படிக்கவைக்க வேண்டுமென்று தந்தை ஆசைப்பட்டார். ஐந்தாவது வயதில் கிராமத்து ஆரம்பப் பள்ளியில் கக்கன் சேர்க்கப்பட்டான். இயல்பிலேயே கூர்மதி கொண்டவனாகவும் படிப்பில் ஆர்வம் மிக்கவனாகவும் சிறுவன் கக்கன் விளங்கியதால், பள்ளிக்கூடத்திற்குத் தவறாது சென்றுவந்து ஆசிரியர்களின் பாராட்டைப் பெற்றுவந்தான். பள்ளிக்கூடம் சென்று வந்தபின்பு, தந்தை பணியாற்றி வந்த வீரகாளியம்மன் கோவிலுக்குச் சென்று தந்தைக்கு உதவியாகவும் வேலை செய்து வந்தான்.தனது பத்தாவது வயதில் ஐந்தாம் வகுப்பைச் சிறுவன் வெற்றிகரமாக முடித்தான். அந்தக் காலத்தில் ஐந்தாம் வகுப்பைப் படித்து முடிப்பது என்பது சாதாரணமானதன்று. சிறுவன் மேலும் படிக்க ஆசைப்பட்டான். வறிய நிலையிலுள்ள தந்தைக்கு மேலும் படிக்கவைக்க ஆசை. எனவே, தனது வறுமையைச் சட்டைசெய்யாமல், பையனை மேல்படிப்பிற்காக மானாமதுரையிலுள்ள கிறித்துவப் பள்ளியில் கொண்டுபோய்ச் சேர்த்தார். பள்ளியில் மாணவர் விடுதியில் தங்க இடம் கிடைத்தது, கக்கன் தனது குடும்பநிலையை உயர்த்த மிகவும் அடக்கத்துடனும் பொறுப்புடனும் தனது படிப்பைத் தொடர்ந்து வந்தான் என்றாலும், வறுமையின் தாக்கம் பையனை வறுத்தெடுத்தது. மாற்றி உடுத்த ஆடையில்லை; வேண்டிய புத்தகமும், நோட்டும் வாங்க இயலவில்லை. அருமை நண்பர்களின் அருகில் அமர்ந்து அவர்களின் புத்தகங்களைக் கக்கன் படித்து வந்தான்,

இக்காலம் போல சலுகைகள் பள்ளிகளில் மட்டுமின்றி, கல்லூரிகள் அளவிலும் இலவசப்படிப்பு, உபகாரச் சம்பளம், தங்க உறைவிடம், உண்ண உணவு ஆகிய அனைத்தும்

இலவசம் என்ற நிலை அக்காலத்தில் இல்லை. விடுதியில்கூட கட்டணம் ரூ 450 செலுத்தித்தான் தங்கி வர முடிந்தது. ஏழைத்தகப்பனால் அப்பணத்தைத் தொடர்ந்து கட்டுவது கூடச் சிரமமாக இருந்தது.எனவே 1922-ஆம் ஆண்டு தனது மானாமதுரை விடுதி வாழ்க்கையை மூட்டைக் கட்டிக்கொண்டு கக்கன் உடைந்த மனத்தோடு மீண்டும் தும்பைப்பட்டி வந்து சேர்ந்தான். தும்பைப்பட்டி 'கிராமத் தலைவர் பெரிய அம்பலம்' பையனின் அவலநிலையை அறிந்து உதவிட முன் வந்தார்.அவர்தம் உதவியால், 1922-ஆம் ஆண்டு கக்கனின் பள்ளிப்படிப்பு மீண்டும் மேலூர் உயர்நிலைப் பள்ளியில் தொடங்கியது. தும்பைப்பட்டிக்கும் மேலூருக்கும் குறைந்தது ஏழு கிலோமீட்டர் தூரம். இந்தக் காலத்தில் இருப்பது போன்று நகரப்பேருந்து வசதி இல்லாதகாலம். கையில் காசும் இல்லாத குடும்பம். எனவே கக்கன் தினமும் மேலூருக்கு நடந்து சென்று படித்து வந்தான். பெரும்பாலான நாட்களில் மதிய உணவுக்குக் கஞ்சியோ, கூழோ கூடக் கொண்டுவர முடியாத இறுக்கமான சூழ்நிலை.

எப்படியாவது பள்ளி இறுதி வகுப்பில் தேறிவிட வேண்டுமென்று ஆசைப்பட்ட கக்கனை அவர்தம் தகப்பனார், பசுமலை பி.கே. எம்.நாடார் உயர்நிலைப்பள்ளியில் கொண்டுபோய் 1923-ஆம் ஆண்டு சேர்த்து விட்டு வந்தார். விடுதிக்குக் கட்டணம் செலுத்தித் தங்க முடியாத வறுமையில், பள்ளிக்கூடத்தின் வராண்டாவிலேயே படுத்துத் தூங்கி வந்தார் கக்கன். பக்குவமடையாத பள்ளித் தோழர்கள் எள்ளி நகையாடியபோதும், மனவருத்தம் கொள்ளாமல், அவமானங்களை உரமாக்கி குடும்பச் சூழ்நிலையை எண்ணி, மனதில் உறுதி மேற்கொண்டு, படிப்பில் நாட்டம் செலுத்தி வந்தார். கக்கனின் படிப்புச் செலவுக்காக அவர்தம் தந்தை கைவசம் இருக்கும் சிறு அளவு நிலத்தையும் விற்க வேண்டியதாயிற்று. ஆயினும் கக்கனின் படிப்பு, பள்ளி இறுதி வகுப்பு வரை மட்டுமே எட்டிப்போய் தடைபட்டு நின்றுவிட்டது.

4. தேர்வுத் தோல்வியால் தளராத உள்ளம்

தேர்வின் தோல்வியால் மனமுடைந்து போயிருந்த கக்கனை வைத்தியநாதய்யர் என்பவர் அழைத்து வரச்செய்து சமாதானம் செய்து ஏதாவது ஒரு வேலை போட்டுத் தருவதாகவும் தகப்பனார் கடனை அடைக்க பணஉதவி அளிப்பதாகவும் ஆறுதல் கூறினார். ஆனால். கக்கனுக்குத் தனது படிப்பைத் தொடர வேண்டும் என்ற ஆர்வம் இருந்தது. மேலும் உதவியாகக் கிடைக்கும் பணத்தை இலவசமாகப் பெற்றுக் கொள்ள அவர் விரும்பவில்லை. அந்தப் பணத்தைக் கடனாகப் பெற்றுக் கொள்வதாகவும் கிடைக்கவிருக்கும் ஊதியத்தில் சிறிது சிறிதாகப் பிடித்தம் செய்து கொள்ள வேண்டும் என்றும் வேண்டிக் கேட்டுக் கொண்டார். இவர்தம் தன்மான உணர்வைப் பாராட்டிப் போற்றிய வைத்தியநாதய்யர், மேலூரில் உள்ள அரிசன மாணவர் விடுதியாகிய சேவாலயத்தில் விடுதிக் காப்பாளராகப் பணியில் அமர்த்தினார். இதை அடுத்து 1934ஆம் ஆண்டு மதுரை செனாய் நகரில் அரிசன மாணவர்களுக்காகச் 'சேவாலயம்' ஒன்று திறக்கப்பட்டது. முன்னாள் அகில இந்திய காந்தி நினைவு நிதித் தலைவராகிய கே.அருணாச்சலம் அவர்கள் அந்த விடுதியின் காப்பாளராகப் பணியில் நியமிக்கப்பட்டார். இருவரும் அரிசன மாணவர்களை நன்கு படிக்கத் தூண்டியது மட்டுமின்றி மேலூர் பகுதியிலுள்ள கிராமங்களில் எல்லாம் இரவுப் பள்ளிகளைத் தொடங்கி கிராமத்துக் குழந்தைகளுக்கு வாழ்க்கைக் கல்வியைக் கற்றுக் கொடுத்து வந்தார்கள். எனவே இவர்கள் 'நைட் ஸ்கூல் வாத்தியார்' என்று கிராம மக்களால் அன்புடன் அழைக்கப்பட்டார்கள்.

5. காந்தியத்தில் கலந்த கக்கன்

காந்தியடிகள் உப்புச்சத்தியாகிரகப் போராட்டம், லண்டன் வட்டமேசை மாநாடு இவைகளில் கலந்து கொண்ட பிறகு தமிழகத்தில் சுற்றுப்பயணம் மேற்கொண்டார். 25.01.1934ஆம் நாள் மதுரை வந்த காந்தியடிகள் மதுரைக் காந்தி என்று போற்றப்படும் என்.எம்.ஆர்.சுப்பராமன் அவர்களின் வீட்டில் தங்கியிருந்தார். அதுசமயம் சுப்பராமன் அவர்கள் கக்கனைக் காந்தியடிகளிடம் அறிமுகம் செய்து வைத்தார். 21.1.1934 ஆம் நாள் காந்தியடிகள் மேலூருக்கும் அதைச் சுற்றியுள்ள கிராமங்களுக்கும் வருகை தந்தார். அப்போது காந்தியடிகளுடன் கக்கனும் சென்றார். இந்த நேரடி அனுபவம் காந்தியக் கோட்பாடுகளையும் கடையனையும் கடைத்தேற்றும் சர்வோதயக் கோட்பாடுகளையும் நல்ல முறையில் தெரிந்து கொள்ள கக்கனுக்கு வாய்ப்பை நல்கியது மட்டுமின்றி, அவற்றில் முழுஈடுபாடு கொள்ளவும் வழிவகை செய்தது. இக்காலக் கட்டத்தில்தான் வைத்தியநாதய்யரிடம் கக்கனுக்கு மிக நெருக்கம் ஏற்பட்டது. வைத்தியநாதய்யர் தலைமையில் மதுரை மீனாட்சி அம்மன் கோவிலுக்கு 8.7.1939ஆம் நாள் ஐந்து அரிசனங்களும், நாடார் வகுப்பைச் சேர்ந்த ஒருவரும் அழைத்துச் செல்லப்பட்டு, அம்மனையும், சுவாமியையும் தரிசித்து வழிபட்டுவிட்டு வந்தனர். அவ்வாறு சென்றவர்கள், மதுரை மாவட்டக் கழக உறுப்பினர் பி.கக்கன், அரிசன சேவாலய ஊழியரான முத்து, மதிச்சியம் வி.எஸ்.சின்னையா, விராட்டிபத்து பி.ஆர்.பூவலிங்கம், ஆலம்பட்டி சுவாமிமுருகானந்தம், விருதுநகர் நகராட்சி உறுப்பினர் எஸ்.எஸ்.சண்முகநாடார் ஆகியோர் ஆவர்.

தும்பைப்பட்டிக் கிராமத்திலிருந்து 45கி.மீ தொலைவில் இருக்கும் மதுரைத் திருமங்கலத்திற்குத் தாம் வாங்கும் ஊதியத்தில் எட்டணாவைக் மகனிடம் கொடுக்க தந்தை பூசாரிக்கக்கன் நடந்தே வந்து கொடுத்து விட்டுத் திரும்புவார். பொருளாதார வசதியின்மையும், இருப்பதைப் பேருந்திற்குச்

செலவு செய்து விட்டால் பிள்ளைக்கு எதைக் கொடுப்பது என்ற சிந்தனையுமே இதற்குக் காரணம் என்றாலும், கல்வியின் மேல் கொண்ட காதலால் தொலைவு தெரியவில்லை; நடையையும் பொருட்படுத்தவில்லை. மாதங்கள் உருண்டோடின; கக்கன் தேர்வெழுதினார்; ஆனால், தேர்ச்சி அடையவில்லை.

இவர் திருமங்கலத்துப் பள்ளியில் தங்கியிருந்த காலங்களில் இரவில் வந்து தங்கிப் போகும் பல விடுதலை வீரர்களின் தொடர்பு கிடைத்தது. அவர்களோடு நெருங்கிப் பழகும் வாய்ப்புக் கிட்டியதால் கல்வியில் மனம் செல்லவில்லை என்பதை உய்த்துணரலாம்.

தந்தை பூசாரிக் கக்கனின் ஆசை நிறைவேறவில்லை; மேற்கொண்டு படிப்புத் தொடரவில்லை. தம் மகனுக்கு இந்திய நாடாளுமன்றத்தில் உறுப்பினர் பதவி வந்த போதும் மாநில சட்டமன்றத்தில் அவர் அமைச்சரானபோதும் கூட தம் மகன் உயர்படிப்புப் படிக்கவில்லையே என்ற ஏக்கத்தைத் தந்தை பூசாரிக் கக்கன் வெளிப்படுத்தியுள்ளார். இருந்தும் தம்மகனை அவையத்து முந்தியிருக்கச் செய்து விட்டாரே என்று வியப்பும் உண்டாகிறது.

6. பொதுவாழ்வில் பொறுப்பு

அரிசன சேவா சங்கம் என்பது காங்கிரஸ் மகாசபையில் ஓர் அங்கமாக விளங்கியது. தென்மாவட்டங்களில் இந்த அமைப்பைத் தொடங்கி மிகச் சிறப்பாக நடத்தி வந்தவர்களில் மதுரை வழக்குரைஞர் வைத்தியநாதய்யர், என்.எம்.ஆர். சுப்பராமன் ஆகியோர் குறிப்பிடத்தக்கவர்கள்.

ஏற்கனவே கல்விப் பொருளுதவி செய்த சுப்பராமன் வழியாகக் கக்கனைப் பற்றி வைத்தியநாதய்யர் தெரிந்து வைத்திருந்தார். சேவா சங்க வளர்ச்சிப் பணிகளுக்கு உதவும் தொண்டர்கள் தேவைப்பட்ட காலமது. கக்கனைச் சந்தித்துக் கலந்து பேசிய வைத்தியநாதய்யர் கக்கனைச் சேவா சங்கத் தொண்டனாகச் சேர்த்துக் கொள்ள எண்ணினார்.

கக்கனின் பண்பான பேச்சு; பாசமான பார்வை; பழகும் முறை ஆகியன அய்யருக்கு மிகவும் பிடித்திருந்தது. மேலும் அவர்தம் எளிமை, உண்மை ஆகியன அய்யரின் மனத்தைக் கவர்ந்தன. சேவா சங்கப் பணிகளை முடித்த பிறகு கக்கனைத் தம் வீட்டிலேயே தங்க இசைவளித்தாரெனில் அக்கால வெள்ளத்தில் இவருடைய நட்பின் திறம் கரையேறியது என்றே மகிழலாம்.

ஒவ்வொரு கிராமமாகச் சென்று இரவுப் பள்ளிகள் தொடங்குவது, அப்பள்ளிகளுக்குத் தேவையானப் பொருட்களை வாங்கிக் கொடுப்பது, பள்ளிகளை மேற்பார்வை செய்வது ஆகியன கக்கனின் அன்றாடப் பணிகள். இதுதான் இவருக்குக் கிடைத்த தொடக்க காலப் பொதுத்தொடர்பு. வைத்தியநாதய்யரின் ஆணைப்படியே பள்ளி வேலைகளைச் செய்து முடிக்கும் வல்லவர் என்ற பெயர் பெற்றார்.

மதுரை மேலூர் வட்டம் தொடங்கிக் கிட்டத்தட்ட சிவகங்கை வரையிலான அனைத்துத் தாழ்த்தப்பட்ட மக்கள் குடியிருப்புகளுக்கும் சென்று இரவுப் பள்ளிகளைத் தொடங்கினார். ஆர்வமுள்ள படித்த இளைஞர்களை

ஆசிரியர்களாக அமர்த்தி கல்வித் தொண்டு செய்தார். தொடக்கக் காலத்தில் நடந்தே பல ஊர்களுக்குச் செல்ல வேண்டியதாக இருந்தது. இதனால் மனம் சலிப்படையவில்லை. காடு மேடுகளில் நடந்து சென்று பள்ளிகளைத் தொடங்கினார். சில இடங்களில் இவர்தம் தொண்டிற்கு வரவேற்பும் சில இடங்களில் எதிர்ப்பும் இருந்தன. எல்லாவற்றையும் மனத்துணிவோடு எதிர்கொண்டு செய்த பணிகளுக்குச் சேவா சங்கத்திலிருந்தோ அல்லது வேறு எவரிடமிருந்தோ சம்பளமாக எதையுமே பெற்றதில்லை என்பது குறிப்பிடத்தக்கது.

இரவுப் பள்ளிகளுக்குத் தேவையான பொருட்கள் வாங்க அவ்வப்போது திரு. வைத்தியநாதய்யரும் அவர்தம் நண்பர்களும் கொடுக்கும் சிறிய தொகைக்கும் முறையான கணக்குகளை ஐயர் அவர்களிடம் கொடுத்து வந்தார். இந்தத் தனிமனித ஒழுக்கமே பிற்காலத்தில் இவர்தம் அரசியல் வெற்றிக்குப் படிகளாக அமைந்தன. ‘ஒழுக்கத்தின் எய்துவார் மேன்மை’ என்ற வள்ளுவரின் வாக்கு உண்மையானது என்று உணர்ந்து கொள்ள இதையுமொரு சான்றாகக் கொள்ளலாம்.

7. ஜீவானந்தம் தலைமையில் நடந்த சீர்திருத்தத் திருமணம்

தன் மகன் படித்து அரசுப் பணிக்குச் செல்வான் என்ற கற்பனையோடு இருந்த பெற்றோருக்கு இவரது நடவடிக்கைகள் ஏமாற்றத்தை அளித்தன. வருவாய் இல்லாத சேவா சங்கப் பணிகள் எத்தனை நாள் பலனளிக்கப் போகின்றன? எதிர்கால முன்னேற்றத்திற்கு வழியென்ன? எப்போது திருமணம் நடக்கும்? எப்படி வாழ்க்கையை நடத்துவதாகத் திட்டம்? என்ற வினாக்கள் தந்தை பூசாரிக் கக்கன் மனதில் தோன்றின. இதைத் தன் மனைவியிடம் புலம்பித் தீர்த்திருக்கிறார்.

திடீரென ஒருநாள் கக்கனின் நண்பர்கள் தும்பைப்பட்டி கிராமத்திற்கு வந்தனர். தந்தை பூசாரிக் கக்கனை சந்தித்துக் கக்கனின் திருமணத்தைப்பற்றி மெல்லப் பேசத் தொடங்கினர். தொடக்கத்தில் ஆர்வம் காட்டாத தந்தை பூசாரிக் கக்கன் மெல்ல மெல்ல செய்திகளைக் கேட்டறிந்தார்.

'ஊர் ஊராகச் சுற்றும் இவனுக்கு (கக்கனுக்கு) யார் பெண் கொடுப்பார்? இனி மேல் எங்கேனும் பார்த்து செய்ய வேண்டும்' என்றார். 'பெண்ணெல்லாம் பார்த்தாகி விட்டது' என்றதும் அதிர்ந்து போனார் என்றாலும் பெண்ணின் ஊர், பேர் இவற்றைக் கேட்டார். பெண்ணின் பெயர் சொர்ணம் என்பதையும் அவர் கிறிஸ்துவ மதத்தைச் சார்ந்தவர் என்பதையும் சொல்லக் கேட்டுக் கொதித்துப் போனார். "வீரகாளியம்மனை வணங்கும் எங்கள் குடும்பத்துக்கு ஒரு வேதக்காரியா" என்று பொங்கி தம் மன உணர்வுகளை வெளிப்படுத்தினார்.

அப்பெண்ணைத் திருமணம் செய்யலாமா அல்லது வேண்டாமா என்ற எந்தப் பதிலும் சொல்லாமல் நண்பர்களைத் திருப்பி அனுப்பி வைத்தார்.

கக்கனின் திருமண ஏற்பாடுகளைச் செய்தவர் சிவகங்கையைச் சேர்ந்த கணபதி வாத்தியார். அவர் பூசாரிக் கக்கன் நடந்து கொண்ட விதங்களைக் கேட்டறிந்து மனம் தளரவில்லை.

கக்கனை அழைத்து யார் சொன்னால் அவர் தந்தை கேட்பார் என்பதைத் தெரிந்து கொண்டார். கக்கனின் ஒப்புதலுடன் கீழவளவு மாயழகன் ஆசிரியர் மற்றும் பனங்குடி கருப்பையா ஆசிரியர் இருவரையும் பூசாரிக் கக்கனிடம் அனுப்பிச் சமாதானம் செய்து ஒப்புதல் பெறச் செய்தார்.

அந்த இருவரும் தும்பைப்பட்டி சென்று பூசாரி கக்கனின் மனம் கொள்ளும்படி எடுத்துச் சொன்னார்கள். 'பெண்ணின் சொந்த ஊர் சிவகங்கை தெற்குத்தெரு (இன்று அகிலாண்டபுரம் என வழங்கி வருகிறது). சிவகங்கை மன்னர் மாளிகையில் குதிரைகளைப் பராமரிக்கும் ஒருவர் வளர்த்தப் பண்புள்ள பெண். மதுரை மங்களாபுரத்தில் உள்ள கிறிஸ்துவப் பள்ளியில் எட்டாம் வகுப்பு வரை பயின்று அப்பள்ளியிலேயே ஆசிரியையாகப் பணிபுரிந்து வருகிறார். கிறிஸ்துவப் பள்ளியில் பயின்றதால் அம்மதத்தின் பிடிப்பு இருக்கிறதே தவிர உண்மையில் கிறித்துவப் பெண் இல்லை. பெண்ணின் முழுப்பெயர் சொர்ணம் பார்வதி. பார்வதி என்று வருவதால் இந்துப் பெண்தான்' என்ற தகவல்களைச் சொல்லிப் பூசாரிக் கக்கனைச் சமாதானம் செய்தனர். அவரது ஒப்புதலையும் பெற்றனர்.

அன்றைய காங்கிரஸ் கட்சியோடும் சேவா சங்கத்தோடும் மிக நெருங்கிய தொடர்புடைய கக்கன் சீர்திருத்தச் சிந்தனையும் உடையவர். தாம் இந்துவாக இருந்தாலும் கிறித்துவப் பெண்ணை மணந்து கொள்ள சம்மதித்தார். இவரது நண்பர்கள் திட்டமிட்டது போல் சீர்திருத்தத் திருமணம் செய்து கொள்ளவும் ஒப்புக்கொண்டார்.

அம்மி மிதித்து அருந்ததி பார்த்து அரசாணி சுற்றி நடந்தால்தான் திருமணம் என்று நம்பிக் கொண்டிருந்த அக்காலத்தில் சீர்திருத்தத் திருமணம் செய்து கொள்வது என்பது சமுதாயத்தில் ஒழுக்கக் கேடாகக் கருதப்பட்டு வந்தது. அதனால், நண்பர்கள் மட்டுமே கூடி செய்தால் அவ்வளவு சிறப்பாக இருக்காது என்றெண்ணி ஒரு பொது அமைப்பைத் துணைக்கு வைத்துக் கொள்ளத் திட்டமிட்டனர். அந்தத் திட்ட அடிப்படையில் "சிறாவயல்" என்ற ஊரில் சிறப்பாகச் செயல்பட்டு வந்த காந்தி மன்றத்தை அணுகினர். மன்ற உறுப்பினர்களும் முழுமையான ஒத்துழைப்புக் கொடுக்க முன்வந்தனர்.

அம்மன்ற உறுப்பினர்களின் முயற்சியால் 1932 ஆம் சிறாவயல் என்ற ஊரில் தமிழ்நாட்டில் ஆறு பேச்சாளர்களில் ஒருவர் என்றிருந்த பெருமையுடையவரும் பத்மாவதியைக் கலப்பு மணம் செய்து கொண்டவரும் பொது உடமைச் சிந்தனையாளருமாகிய திரு.ப. ஜீவானந்தம் அவர்களின் தலைமையில் கக்கனின் திருமணம் இனிதே நடைபெற்றது. சிவகங்கை அரசரின் உறவினரான திரு. சசிவர்ணத்தேவரும் அந்நாள் மத்திய அமைச்சர் மாண்புமிகு ஆர்.வி. சுவாமிநாதனும் திருமணத்தில் கலந்து கொண்டனர்.

வீரகாளியம்மன் திருக்கோவிலின் பூசாரியான பூசாரி கக்கனுக்கு இச்சீர்திருத்தத் திருமணத்தில் முழு மனநிறைவு இல்லை என்றாலும், திருமணத்தில் கலந்து கொண்டு மணமக்களை வாழ்த்தினார் என்பது அவரது விட்டுக் கொடுக்கும் பண்பைக் காட்டுகிறது.

''கடிந்து கொண்டபின் தட்டிக் கொடுப்பது கடுங்குளிருக்குப் பின் வரும் வெயில்போல இதமானது''.

8. காந்தியடிகளுடன் ஏற்பட்ட தொடர்பு

திருமணமான பின்னரும் இரவுப்பள்ளி மேற்பார்வை, சேவா சங்கம் தொடர்புடைய வேலைகள் ஆகியவற்றைத் தொடர்ந்து செய்து வந்தார். இரவு, பகல் என்று நேரம் பார்க்காமல் செய்யும் தொண்டிற்கு இல்லறம் தடையாக இருக்கவில்லை. அதனால்தான் இவரால் பொதுத் தொண்டு செய்ய முடிந்தது.

1934ஆம் ஆண்டு சனவரி 24ஆம் நாள் தமிழகம் வந்த அண்ணல் மகாத்மா காந்தியடிகள் 27ஆம் நாள் மதுரைக்கு வந்தார். கக்கனின் தன்னலமற்ற பொதுத் தொண்டையும் இரவு பகல் பாராது ஆற்றும் சேவைகளையும் மனதாரப் போற்றி வந்த என்.எம்.ஆர்.சுப்புராமன், கக்கனை அழைத்துச் சென்று காந்தியடிகளிடம் அறிமுகம் செய்து வைத்தார். காந்தியடிகள் மதுரை மாநகரை விட்டுச் செல்லும் வரை கக்கன் கூடவே இருந்து பல ஊர்களுக்குச் சென்று அவர்தம் நிகழ்ச்சிகளில் பங்கு கொண்டும் உடன் சென்றும் காந்தியடிகளிடம் தாம் கொண்டிருந்த மரியாதையைப் புலப்படுத்தினார்.

காந்தியடிகளைச் சந்தித்த பின் சேவா சங்கப் பணிகளில் இன்னும் தீவிரம் காட்டத் தொடங்கினார். தம்மை வழிநடத்தும் வைத்தியநாத ஐயர் பின்பற்றும் காந்திய நடைமுறைகளில் தம்மை முழுமையாக ஈடுபடுத்திக் கொண்டார். அந்தக் காந்திய நடைமுறைகள் மனத்தில் அடிப்பதிந்ததால் காங்கிரசில் சேர முடிவு செய்தார். அவ்வாறே வைத்தியநாதய்யர் முன்னிலையில் 1939ஆம் ஆண்டு காங்கிரஸ் கட்சி உறுப்பினரானார். இவர் காங்கிரசில் சேர்ந்ததில் தந்தை பூசாரிக்கக்கனுக்கு மன மகிழ்வில்லை. காவல்துறை மற்றும் வருவாய்த்துறை அதிகாரிகளுடன் தொடர்புடைய இவர் காங்கிரஸ் கட்சியின் விடுதலை வீரர்களைப்படுத்தும் கொடுமைகளைக் கண்டு அஞ்சியமையே அதற்குக் காரணம் எனக் கூறலாம். இதனால் மகன் தந்தை உறவில் சற்று விரிசல் உண்டானது என்றாலும், தம் பொதுத் தொண்டில் கக்கன் சற்றும் தளர்வடைந்ததாகத்

தெரியவில்லை. மகன் தந்தை உறவைவிடப் பொதுத் தொண்டைப் பெரிதாகக் கருதினார்.

சேவா சங்கத் தொண்டன், காங்கிரஸ் கட்சியின் உறுப்பினரானதும் பல பெருந்தலைவர்களை நேரில் சந்தித்து, தாம் சந்தித்த சமுதாயக் கொடுமைகளைக் கூறினார். தீண்டாமை, ஆலயங்களில் நுழைய மறுப்பு, பொதுக் குளங்களில் அனுமதி மறுப்பு ஆகிய கொடுமைகளை விவாதித்தார். இவர்தம் விவாதங்களைக் கேட்ட வைத்தியநாதய்யர் தாமே முன்னின்று ஆவண செய்வதாகக் கூறினார். தொடக்கம் முதலே தாழ்த்தப்பட்ட மக்களுக்குத் தொண்டு செய்து வரும் வைத்தியநாதய்யர் இவ்வாறு கூறியதில் வியப்பொன்றுமில்லை.

9. விடுதிகள் அமைத்துக் கட்டிக்காத்த கல்வி

விடுதலை இயக்கப்பணிகளுக்காகப் பல இடங்களுக்குச் செல்லும் போது அங்கெல்லாம் கல்வி இல்லா நிலையையும், கல்வி கற்க ஆர்வமிருந்தும் படிக்க வசதி இன்மையால் வாடும் குழந்தைகளையும் கண்ட கக்கன், 1940-41ஆம் ஆண்டு பள்ளி மாணவர், மாணவியர் விடுதியைத் தொடங்கினார்.

விடுதலைப் போர் தீவிரமாக இருந்த காலமாதலால் விடுதியைக் கண்காணிக்கத் திரு.செல்லப்பா அவர்களைத் துணைக்கு வைத்துக்கொண்டு தொடர்ந்து பணிகளில் ஈடுபட்டார். ஐந்து மாணவிகள் என்ற அளவில் தொடங்கி, நன்கொடை வழங்கும் பேருள்ளம் கொண்ட பெரியோர் பலரின் உதவியால் அந்த விடுதியை நடத்தி வந்தார். கக்கனின் தோழர்களான மதுரை மேலூர்த் தங்கச்சாமிஅம்பலம், கருப்பண்ண அம்பலம், கீழையூர் மோ.மா.ஆகியோர் உதவியோடு ஏற்பாடு செய்திருந்த அரசாங்க கட்டடத்தின் தாழ்வாரத்தில் அவ்விடுதி தொடங்கப்பட்டது. மதுரைமேலூர் பார்ப்பன மக்கள் வாழும் அக்கிரகாரத்தில் தொடங்கப்பட்டதால் பல்வேறு எதிர்ப்புகள் எழுந்தன. அரிசன இனமாணவர்கள் அக்கிரகாரத்தில் வாழ்வதா? என்று அவ்வட்டார மக்கள் எதிர்ப்புக்குரல் கொடுத்தனர். தோழர்கள் உதவிக்கரம் நீட்ட எதிர்ப்புகள் நசிந்து போயின என்றாலும், நன்கொடை பெறுவதில் பல இடையூறுகள் இருந்தன.

திருமணத்திற்குப் பிறகு தம் மனைவியை விடுதிப்பணிகளில் ஈடுபடுத்தினார் கக்கன். பல நாள் கடன் வாங்கி பிள்ளைகளுக்கு உணவளித்தார் என்ற செய்தி பலரையும் வியக்க வைத்தது. அதனால், அரிசன சேவாசங்க நிதியுதவியைப் பெற்று விடுதியை நடத்த வேண்டியதாகி விட்டது. சில பிள்ளைகளை மட்டுமே கொண்டு தொடங்கிய விடுதி இன்று நூற்றுக்கும் மேற்பட்ட பிள்ளைகள் படிக்கும் விடுதியாக வளர்ந்துள்ளது.

இன்றுவரை அரிசன சேவாசங்க நிதியுதவியுடன்தான் நடந்து வருகிறது. இப்படிக் கக்கன் அளித்த கல்விக் கொடைக்கு ஈடுஇணை ஏதுமுண்டோ?

10. கட்சிப் பொறுப்பேற்ற கக்கன்

அவர் செய்து கொண்டிருந்த உண்மையான பொதுத் தொண்டும் சமுதாய வளர்ச்சிப் பணிகளும் மக்களால் மட்டுமல்லாமல் கட்சியின் தலைவர்களாலும் மதிக்கப்பட்டன; அடையாளம் கண்டு கொள்ளப்பட்டன. அதன் விளைவால் மேலூர் வட்டக் காங்கிரஸ் கட்சியின் செயலாளர் பதவி இவரைத் தேடி வந்தது. அவரும் 12.07.1940ஆம் நாள் அந்தப் பொறுப்பேற்றார். தாம் பொறுப்புடன் நடத்தி வந்த இரவுப்பள்ளியையும் விட்டு விடாமல் தொடர்ந்து கவனித்து வந்தார்.

முதல் சிறைவாசம்

அப்போது செல்லுமிடமெல்லாம் 'வந்தே மாதரம்' என்று சொல்லி நாட்டுப்பற்றை மக்களிடையே ஏற்படுத்துவதையும், கட்சிக்கொடி நாட்டி, வந்தே மாதரம் (மாநிலத்தாயை வணங்குகிறேன் என்று பொருள்) என்று முழங்குவதையும் அவர்தம் முக்கியப் பணிகளாகக் கொண்டிருந்தார். இதைக் கண்காணித்து வந்த ஆங்கில அரசு 1940-ஆம் ஆண்டு செப்டம்பர் 14-ஆம் நாள் வாஞ்சி நகரம் என்ற ஊரில் கக்கனைக் கைது செய்தது. வந்தே மாதரம் என்று முழங்கியமைக்காகவும் துண்டு அறிக்கைகளைப் பொதுமக்களிடம் வழங்கியமைக்காகவும் 15நாள் சிறைத்தண்டனை விதிக்கப்பட்டுச் சிறையில் அடைக்கப்பட்டார். இதுவே இவர் பெற்ற முதல் சிறைத் தண்டனையாகும்.

சிறைத் தண்டனை முடிந்து விடுதலையானதும் இயக்கப் பணிகளில் மிகவும் ஆர்வம் காட்டினார். ஆங்கில அரசை எதிர்த்து மேடைகளில் பேசுவதும் கட்சித்தலைமை கொடுக்கும் இரகசிய ஆணைகளை நடைமுறைப்படுத்துவம் இவர்தம் செயற்பாடுகளாக இருந்தன. அதன் விளைவாக அவ்வட்டார இளைஞர்கள் கக்கனின் தலைமையில் அணி திரண்டு விடுதலை இயக்கத்தில் சேர்ந்தனர்.

11. தனிமனித சத்தியாகிரகப் போராட்டம்

விடுதலைப் போரின் தந்தையான காந்தியடிகள் தனிமனித அறப்போர் (தனிமனித சத்தியாகிரகம்) என்ற போராட்டத்தை அறிவித்தார். இந்தப் போராட்டத்தில் கலந்து கொள்ள அழைப்பு விடுத்த காந்தியடிகள் இதற்குப் பல விதிமுறைகளையும் அறிவித்தார். இப்படி அறிவிக்க முக்கியக் காரணமாக இருந்த வரலாற்றுச் சூழலைத் தெரிந்து கொண்டால்தான் கக்கனின் விடுதலை வேட்கையை நம்மால் உணர முடியும்.

இந்தியாவின் முழு விடுதலை மட்டுமே எங்களுக்கு வேண்டும் என்ற காங்கிரஸின் வேண்டுகோளை ஆங்கில அரசு ஏற்கவில்லை. இந்திய மக்களின் ஒப்புதல் இல்லாமல் இரண்டாம் உலகப்போரில் இந்தியாவை ஈடுபடுத்தியது. இச்செயலை வன்மையாகக் கண்டித்த காங்கிரஸ், இனி தீவிரமாகப் போராட வேண்டும் என்ற முடிவுக்கு வந்தது. அதன் விளைவாகத்தான் இந்தத் தனிமனிதப் போராட்டத்தைக் காந்தியடிகள் அறிவித்தார். இவ்வறிவிப்பை மக்கள் ஏற்றனர். ஆனால் இரண்டு கட்டளைகள் இடப்பட்டன. இந்தப் போராட்டத்தில் சிறை சென்று திரும்பினால் மீண்டும் போராடிச் சிறை செல்ல மனத்துணிவு வேண்டும் என்பது ஒன்று. தீண்டாமை ஒழிப்பு, இந்து முஸ்லீம் ஒற்றுமை, ஆதாரக் கல்வி, தாய் மொழிப்பற்று, பெண்களின் நலவாழ்வு, ஆகியவற்றில் தம்மை முழுமையாக ஈடுபடுத்திக் கொள்ள மனத்துணிவு வேண்டும் என்பது மற்றொன்று. பாரதி பாடிய

'நெஞ்சக் குருதியை நிலத்திடை வடித்து
வஞ்சக மழிக்கும் மாமகம் புரிவம்யாம்'

என்ற நெஞ்சத் துணிவோடு இந்த இரண்டு கட்டளைகளையும் ஏற்று, போராட்டத்தில் ஈடுபட பல்லாயிரம் வீரர்கள் விண்ணப்பம் செய்தனர். ஆனால், விண்ணப்பம் செய்தவர்கள் அனைவரும் போராட்டத்தில் கலந்து கொள்ள அனுமதிக்கப்படவில்லை. இயக்கப்பணிகளில் முழு ஈடுபாடு கொண்ட தன்னலமில்லாத

தொண்டர்களை மட்டுமே தெரிவு செய்து அனுமதித்தனர். இந்தத் தெரிவு கூட காந்தியடிகளின் நேரடிப் பார்வையில் நடந்தது. தமிழகத்திலிருந்து பலநூறு பேர் போராட்டத்தில் கலந்து கொள்ள விண்ணப்பித்திருந்தாலும் குறிப்பிடத்தக்க தொண்டர்கள் மட்டுமே அனுமதிக்கப்பட்டனர்.

அவ்வாறு காந்தியடிகளால் தெரிவு செய்து அனுமதிக்கப்பட்ட தலைவர்களில் வடக்கே வினோபாஅடிகளாரும், தெற்கே கக்கன் அவர்களும் இருந்தனர் என்பது எண்ணிப் பெருமைப்படத்தக்கதாகும்.

மக்களுக்கான பொதுச் சேவையிலும் விடுதலைப் போரிலும் தம்மை முழுமையாக ஈடுபடுத்திக் கொண்ட கக்கன் இத்தனிமனித அறப்போராட்டத்தில் தீவிரமாக ஈடுபட்டார். இவர்தம் நடவடிக்கைகளைக் கண்காணித்த ஆங்கில அரசு இவரை 24.10.1940 ஆம் நாள் தேசத்துரோகக் குற்றம் செய்ததாக நீதிமன்றத்தில் நிறுத்தியது. நீதிமன்றம் விதித்த கடுங்காவல் தண்டனையை முதல் பதினைந்து நாள்கள் மேலூர்க் கிளைச்சிறையிலும்.மீதி நாள்களை மதுரை மத்திய சிறைச் சாலையிலும் கழித்தார். காங்கிரஸ் கட்சி இப்போராட்டத்தை விலக்கிக் கொள்வதற்கு முன்பே இவர் விடுதலை செய்யப்பட்டார்.

வட்டப்பொறுப்பிலிருந்து மாவட்டப்பொறுப்பு

விடுதலையாகி வரும் முன் இவருக்கு மாவட்ட அளவிலான பொறுப்பு கொடுக்க முடிவு செய்யப்பட்டது. அவ்வாறே 21.1.1941ஆம் நாள் மதுரை 'மாவட்டப் பொருளாளர்' என்ற பொறுப்பினை ஏற்றார். இதிலிருந்து ஒவ்வொரு சிறைத் தண்டனைக்குப் பின்னும் இவருக்குச் சிறப்பும் உயர்வும் தேடி வந்தன என்பதைக் காண முடிகிறது.

'நீருள்ள குளத்தைத் தேடித் தவளைகளும் தடாகத்தைத் தேடி அன்னப்பறவைகளும் தாமாகவே வருவதைப் போல் முயற்சியையும் உயர்ந்த குறிக்கோளையும் உடையவனைத் தேடி இன்பமும் புகழும் வந்து சேரும்' என்ற ஜப்பானியப் பழமொழி இங்கு நினைவு கொள்ளத்தக்கது.

12. பெண் வேடமிட்ட கக்கன்

தனிமனித அறப்போர் விலக்கிக் கொள்ளப்பட்டதும் சர் ஸ்டார்போர்டு அவர்கள் தலைமையில் ஒரு குழு, 25.03.1942 ஆம் நாள் இந்தியா வந்தது. காங்கிரஸின் மூத்த தலைவர்களான காந்தியடிகள், மௌலானா அபுல்கலாம் ஆசாத் ஆகியோருடன் பேச்சு வார்த்தை நடத்தியது. இந்தியாவுக்கு (டொமினியன் அந்தஸ்து) காலனி ஆதிக்க அங்கீகாரம் வழங்க ஒப்புக் கொண்டது.

'விலங்கில் பொன் விலங்கா? இப்படியொரு ஏமாற்றமா? ஒப்புக் கொள்ள முடியாது. ஆங்கிலேயர்களின் கட்டுப்பாடற்ற முழுமையான விடுதலை மட்டுமே தேவை.அடிமை விலங்கிலிருந்து விடுபடவே இந்தியர்கள் விரும்புகிறோம். எந்தச் சூழலிலும் பிரிட்டனின் ஆளுமை இருக்கக் கூடாது. எனவே டொமினியன் அந்தஸ்த்தை முழு விடுதலையாகக் கொள்ள முடியாது' என்று காந்தியடிகள் வாதிட்டார். காங்கிரஸ் கட்சியின் பொதுக் குழுவும் காலனி ஆதிக்க உரிமையை ஏற்கவில்லை.

அதன்பின் இறுதிக் கட்டப் போராட்டத்திற்கான வழிவகைகளை ஆராய்ந்து 'வெள்ளையனே வெளியேறு' என்ற போராட்டம் தொடங்க முடிவு செய்யப்பட்டது. 1942ஆம் ஆண்டு ஆகஸ்டு மாதம் ஏழாம் நாள் காந்தியடிகள் தலைமையில் போராட்டம் தொடங்கப்பட்டது. இதைத் தொடங்கி வைத்துப் பேசிய காந்தியடிகளின் பேச்சு மக்களின் மனங்களை வெகுவாகத் தூண்டி விட்டது. 'வாழ்ந்தால் விடுதலை நாட்டில் வாழ்வோம், இல்லையேல் போராடி உயிர் நீப்போம்' என்ற சூளுரையை நாடு முழுவதுமுள்ள மக்கள் அப்படியே ஏற்றுக் கொண்டனர். 'செய் அல்லது செத்து மடி' என்ற மனவலிமையோடு மக்கள் போராட முன்வந்தனர். இந்த நிலையில்தான் காங்கிரஸ் பேரியக்கம் தடை செய்யப்பட்ட இயக்கமாக அறிவிக்கப்பட்டது. நாடு முழுவதும் தலைவர்கள் பலர் சிறை பிடிக்கப்பட்டனர்.

அதனால் பலர் தலைமறைவாகிப் போராட்டப் பணிகளைச் செய்து வந்தனர்.

தமிழ்நாட்டிலும் பலர் தலைமறைவாகி இளைஞர்களைப் போராட்டத்தில் ஈடுபடுத்தினர். அவ்வாறு தலைமறைவாகிப் போராட்டப் பணிகளைச் செய்து வந்த தமிழகத் தலைவர்களில் கக்கனும் ஒருவர். மேலும் மதுரை மேலூரைச் சேர்ந்த இராமசாமி, பழனிச்சாமி ஆகிய தலைவர்கள் இவரோடு தலைமறைவான தலைவர்களில் குறிப்பிடத்தக்கவர்கள் ஆவர்.

இரவு நேரங்களில் ஒரு குறிப்பிட்ட இடத்தில் கூடுவதும் போராட்ட நடவடிக்கைகளைத் தீவிரப்படுத்த முடிவுகள் எடுப்பதும் வழக்கமாக இருந்து வந்தது. இவ்வாறு இரவு நேரக் கூட்டங்களை முடித்துக் கொண்டு அவரவர்களுக்கு ஏதுவான இடங்களில் ஓய்வெடுத்துக் கொள்வது வழக்கமாகும். அந்த வகையில் கக்கன் மேலூர் மாணவர் விடுதிக்கு அவ்வப்போது வந்து ஓய்வெடுத்துப் போவதை வழக்கமாகக் கொண்டிருந்தார். இதைக் கண்காணித்த காவல்துறை, விடுதிக்கு வருவோர் போவோர் மீது பார்வையைச் செலுத்தியது. இதைத் தெரிந்து கொண்ட கக்கன் பல நாள்கள் மாறுவேடங்களில் வந்திருக்கிறார். பொதுவாகப் பெண்வேடம் அணிந்து வருவதால் சிக்கல் இல்லாமல் எளிதாக வந்து சென்று கொண்டிருந்தார். இசுலாமியப் பெண்வடிவில் சென்று ஆங்கிலேயேர் காவலில் இருந்த மணிக்கூண்டுப் பகுதியில் லால்பகதூர் சாஸ்திரி கொடியேற்றி காவல்துறையைத் திணறடித்த நிகழ்ச்சி இங்கு நினைவு கூரத்தக்கதாகும்.

கக்கனின் நடமாட்டத்தை உளவுத்துறை மூலமாகக் கண்காணித்த காவல்துறை 'விடுதிக்குள் சென்ற பெண்ணுருவம் கக்கனாகத்தான் இருக்க வேண்டும்' என்ற முடிவுக்கு வந்தது. கக்கன் விடுதி மொட்டைமாடியில் தூங்கிக் கொண்டிருப்பதையும் உறுதி செய்தது. காவல்துறை அதிகாரிகள் விடுதியைச் சுற்றி வளைத்தனர். தப்பிக்க இயலாத நிலையில் 1942ஆம் ஆண்டு ஆகஸ்டு மாதம் பத்தாம் நாள் மீண்டும் கைது செய்யப்பட்டார். இந்தச் செய்தி அன்று விடுதியில் கக்கனோடு தங்கி இருந்த கீழையூரைச் சேர்ந்த செல்லப்பா அவர்களுக்குத் தெரிய வந்தது. அவர் மனம் அதிர்ந்து போனார். இச்செய்தியை

எப்படியும் மக்களுக்குத் தெரிவித்துவிட வேண்டும் என்று எண்ணினார். மறுநாள் காலை தாமே 'டாம் டாம்' போட்டுப் பொதுமக்களுக்குத் தெரிவித்தார். இப்படியொரு இரகசியச் செய்தியை மக்களிடையே கொண்டு வந்தமைக்காகக் கீழையூர்ச் செல்லப்பாவும் சிறை செய்யப்பட்டார்.

13. கசையடி பெற்ற கக்கன்

அடுத்த நாள் மேலூர்க் காவல் நிலையத்தில் கக்கன் விசாரணைக்கு உட்படுத்தப்பட்டார். இரகசிய இடங்களையும், யார் யார் தலைமறைவாக இருக்கிறார்கள் என்பதையும், எங்கெல்லாம் சந்திப்பு நடக்கிறது என்பதையும் கேட்டனர். சொல்ல மறுத்ததால் கசையடி கொடுக்க ஆணையிடப்பட்டது.

ஐந்து நாள் தொடர்ந்து கசையடி கொடுக்கப்பட்டது. இந்த ஐந்து நாளும் அவர்தம் மனைவி கக்கன் அடிவாங்குவதைப் பார்க்க அழைத்து வரப்பட்டார். இக்கொடுமையைக் கண்டு அவ்வம்மையார் கண்ணீர் வடித்தார்.

அடியின் கொடுமை தாங்க முடியாமல் கக்கன் நினைவு இழந்தார். இவ்வாறு சுயநினைவு இழந்த கைதிகளை மருத்துவப் பரிசோதனைக்கு அனுப்புவது வழக்கம். கக்கனையும் மருத்துவமனைக்குக் கொண்டு போக முடிவு செய்தனர். நினைவிழந்த கக்கனைக் குதிரை வண்டியில் (சடுக்கா) கால் வைத்து ஏறும் இடத்தில் தூக்கிப் போட்டு வண்டியை ஓட்டினர். வலுவான, உயரமான உருவம் கொண்டவர் என்பதால் முதுகு மட்டும் வண்டியில் இருந்தது. தலை ஒருபுறம் தொங்க, கால்கள் மறுபுறம் தொங்கின. சாலையில் கையும் காலும் இடிபட வண்டி மருத்துவமனையை நோக்கி நகர்ந்தது. இந்தக் கொடுமையை மக்கள் சாலையோரங்களில் நின்று உள்ளந் துடிக்க பார்த்ததையும் கண்ணீர் விட்டதையும் இன்றும் முதியவர்கள் சிலர் சொல்லிச் சொல்லி நெகிழ்ந்து போகிறார்கள்.

இத்துணைக் கொடுமைக்கு உள்ளாக்கிய போதும் விடுதலைப்போர் வீரர்களின் பெயர்களையும் அவர்கள் இருக்கும் இடங்களையும் கக்கன் சொல்லவே இல்லை என்பது இங்குக் குறிப்பிடத்தக்கது. அத்துணைக் கொடுமைகளுக்குப் பின்னரும் உயிர் தப்பினார் என்பது ஒரு வியத்தகு செய்தியாகும்.

தம்மை இழந்து பிறரைக் காப்பாற்றும் மனவலிமையையும் எந்தச் சூழலிலும் எவரையும் காட்டிக் கொடுக்காத மாண்பும்

உடையவர் கக்கன் என்பது பிற தலைவர்களுக்குத் தெரிய வந்தது.

உடல் நலமில்லா நிலையிலேயே கக்கனை நீதிமன்றக் குற்றவாளிக் கூண்டில் நிறுத்தினார்கள். தடை செய்யப்பட்ட இயக்கத்தின் உறுப்பினர் என்றும், மதுரையைச் சுற்றி அறுக்கப்பட்ட தந்திக் கம்பிகளுக்கு இவரே காரணமென்றும், அஞ்சல் நிலையங்களைக் கொளுத்தினார் என்றும் குற்றம் சாட்டப்பட்டது. குற்றத்தைச் செய்தாயா? இல்லையா? என்ற வினாக்கள் எழுப்பப்படவில்லை. கக்கனுக்கு எவ்வித விசாரணையுமின்றிக் கடுங்காவல் தண்டனை அளிக்கப்பட்டது.

14. அலிப்புரம் சிறையில் கக்கன்

தமிழக சிறைகளில் இடமின்மையோ அல்லது தனிமைப் படுத்தப்பட வேண்டும் என்ற நோக்கமோ தெரியவில்லை. ஆந்திர மாநிலப் பெல்லாரி மாவட்டத்திலுள்ள அலிப்புரம் கொண்டு செல்லப்பட்டு அலிப்புரம் மத்தியச் சிறையில் கக்கன் அடைக்கப்பட்டார். அலிப்புரம் சிறை திறந்தவெளிச் சிறை என்பதையும் தப்பி ஓட முயன்றால் சுற்றியமைக்கப்பட்ட மின் கம்பி உயிரைக் குடித்து விடும் என்பதையும் இங்கு எண்ணிப் பார்க்க வேண்டும்.

இவருடன் நாடக நடிகர் விஸ்வநாததாஸ் போன்றோரும் அலிப்புரம் சிறையில் இருந்தார்கள் என்பது குறிப்பிடத்தக்கது. அச்சிறையில் கேழ்வரகுக் கூழ் ஊற்றும்போது கூட அதில் கல்லும் மண்ணும் வேண்டுமென்றே கலந்து கொடுப்பதும் சிறைக்கைதிகள் படுக்குமிடத்தை, மேடு பள்ளமாக உடைத்து விடுவதும், எங்கெங்கோ இருந்து மூட்டைப்பூச்சிகளைக் கொண்டு வந்து போட்டு ஆர்ப்பரிப்பதும் வெள்ளை வெறியர்களின் அன்றாடப் பொழுது போக்காயிருந்தன. உயிர் இருக்குமானால் அலிப்புரம் சிறையிலிருக்கும் மின்கம்பிகள் கூடக் கண்ணீர் விட்டிருக்கும்! ஆனாலும் அத்துணைக் கொடுமைகளால் கக்கன், விஸ்வநாததாஸ் போன்றோரின் உரம்மிக்க உள்ளங்களை என்ன செய்து விட முடியும்? கலங்கா நெஞ்சினராய் வாழ்ந்த கக்கன் 18மாத கடுங்காவல் தண்டனை முடிந்து 15.01.1944 ஆம் நாள் விடுதலை செய்யப்பட்டார்.

15. வெற்றிப் படிகளில் கக்கன்

கக்கன் பொதுத் தொண்டின் மூலம் மக்களைச் சந்தித்து மக்கள் தொண்டன் என்று பெயர் பெற்றார். தன்னலமற்ற தொண்டைச் செய்தமையால் இவர்தம் பணிகளில் தடைகள் வந்ததாகத் தெரியவில்லை. அப்படி வந்த தடைக்கற்களையும் படிக்கட்டுகளாகக் கொண்டு முன்னேறினார். மிகச்சிறந்த சமுதாயத் தலைவர்களுடன் அவர் கொண்டிருந்த தொடர்பு அதற்கு வழியமைத்துக் கொடுத்தது. இரவுப்பள்ளி, மக்களிடம் கல்வி, தன்னலமற்ற பொதுத்தொண்டு என்று மக்களிடையே பேரும் புகழும் வளர்ந்து வரும் சூழலில் 'மாவட்டக் கழக உறுப்பினர்' *(District Board Member)* தேர்தல் வந்தது. 1941-42 காலக்கட்டத்தில் நடைபெற்ற இத்தேர்தலில் போட்டியிட வேட்பாளர் பட்டியல் தெரிவு செய்யப்பட்டது. அப்பட்டியலில் மேலூர் வட்டத்தில் கக்கன் போட்டியிட அனைத்துத் தலைவர்களாலும் முடிவு செய்யப்பட்டது.

இந்தத் தேர்தலில் இவரே விரும்பிப் போட்டியிட்டார் என்று சொல்ல முடியாது. இவர் தேர்தலில் நிறுத்தி வைக்கப்பட்டார் என்றே சொல்ல வேண்டும். இதற்கு இரண்டு காரணங்கள் கூறப்படுகின்றன. இவர்தம் உண்மையான தன்னலமற்ற தொண்டும் அதனால் மக்கள் இவர்மீது கொண்ட நம்பிக்கையும் முதற்காரணமாகும்.மற்றொன்று எதிரணி வேட்பாளரான மதுரை மேலூர் வையாபுரி அம்பலம் அவர்களின் மீது மக்களும் தலைவர்களும் கொண்டிருந்த எதிர்ப்பு இரண்டாவது காரணமாகும். இந்த இரண்டு காரணங்களும் உண்மை என்றாலும் ஒரு தாழ்த்தப்பட்ட இனத்தவர் மேல்தட்டுக்காரரை எதிர்ப்பது என்ற சூழலைச் சிந்திக்க வேண்டியிருக்கிறது.

மேலும் அன்றைய சமுதாய ஏற்றத்தாழ்வுகள் பொருளாதார நிலை ஆகியவற்றோடு ஒப்பிட்டுப் பார்த்தால் அவர் தேர்தலில் நிறுத்தி வைக்கப்பட்டார் என்று எடுத்துக் கொள்வதே உண்மையானதாக இருக்கும். எப்படி இருந்தாலும் தேர்தலில் போட்டியிட்டார்.

வைத்தியநாதய்யர், என்.எம்.ஆர்.சுப்புராமன், கருப்பன் செட்டியார் ஆகியோரின் பின்புலத்தோடு தேர்தல் களத்தில் நின்றாலும் ஓர் அம்பலவர் இனத்தவரை எதிர்த்து, தாழ்த்தப்பட்ட இனத்தவர் ஒருவர் போட்டியிடுவது இதுவே முதல் முறையாகும்.

இருபதாம் நூற்றாண்டின் இறுதியில் அதிலும் நாடு விடுதலை பெற்று 50ஆண்டுகள் கடந்த பின்னும், சட்டத்தின் முன் அனைவரும் சமம் என்று சட்டங்கள் வந்த பின்னும் நெஞ்சைப் பிளக்கும் இனக்கொடுமைகளை நம்மால் காணமுடிகிறது. மக்களாட்சி முறையில் நடக்கும் சிறு ஊராட்சித் தேர்தலில் ஒரு தாழ்த்தப்பட்ட குடிமகன் வேட்பு மனுதாக்கல் செய்ய அனுமதிக்கப்படாத அளவிற்குத் தீண்டாமைக் கொடுமைகள் தலைவிரித்தாடுகின்றன. இக்கொடுமையைத் தட்டிக் கேட்கவோ, தடுத்து நிறுத்தவோ எவரும் முன்வருவதில்லை. சமுதாயச் சுய மரியாதையை ஏற்றுக் கொள்ளும் அமைப்புகள் கூட முன்வருவதில்லை. இன்றுகூட இவ்வாறு நடக்கிறதென்றால், ஓர் அறுபது ஆண்டுகளுக்கு முன் சமுதாயக் கொடுமைகளும் அதையொட்டிய நடைமுறைகளும் எவ்வாறு இருந்திருக்கும் என்று எண்ணிப் பார்க்க வேண்டியிருக்கிறது. காரணம் மேற்சொன்ன இனக் கொடுமைகள் நிகழ்ந்து கொண்டிருக்கும் மேலவளவு கிராமம் கக்கன் பிறந்த தும்பைப்பட்டிக்கு அருகில் அமைந்துள்ளது. அதிலும் கக்கன் போட்டியிட்ட மாவட்டக் கழக உறுப்பினர் தேர்தல் வட்டத்தில் மேலவளவும் அடங்கும்.

விடுதலைக்குப் பின் சட்டம் வாயிலாக இடஒதுக்கீடு வந்த பின்னும், நடைமுறை படுத்தவிடாமல் தடுக்கப்பட்ட அரசியல் உரிமையை, விடுதலை பெறாத காலத்தில் சட்டம் வாயிலாக உரிமைகள் பாதுகாக்கப்படாத காலத்தில் மிகப் பெரிய உரிமையை வழங்கி மகிழ்ந்த அக்காலச் சமுதாயத் தலைவர்களை நினைத்துப் பெருமைப்பட வேண்டும்.

16. எதிர்ப்பைச் சமாளித்த ஏந்தல்

கக்கன் போட்டியிட்டதற்குப் பலர் எதிர்ப்புத் தெரிவித்தனர் என்றாலும் அவர்தம் பின்புல வலிமையைப் பார்த்து அவர்கள் அடங்கிப் போயினர். தாம் வாழும் வட்டாரச் சூழலைப் பார்த்துக் கொண்டிருக்கும் தந்தை பூசாரிக்கக்கன் அச்சப்பட்டார். கலவரங்கள் வந்துவிடக் கூடாதே என்ற உணர்வோடு எதிரணி வேட்பாளரைச் சந்தித்து மன்னிப்புக் கேட்டுக் கொண்டார். திட்டமிட்டப்படி தேர்தல் நடந்தது. பெரும்பான்மை வாக்குகள் வித்தியாசத்தில் கக்கன் வெற்றி பெற்றார். உண்மையான தொண்டிற்குக் கிடைத்த இவ்வெற்றியே இவர்தம் அரசியல் வாழ்விற்கு நல்லதொரு திருப்பு முனையாக அமைந்தது.

அகர முதலியில் (அகராதி) கூட உழைப்பு, தொண்டு, நேர்மை ஆகிய சொற்களுக்குப் பின்னர் வெற்றி என்ற சொல் இடம் பெற்றே தீரும் என்பது மறுக்க முடியாத உண்மையாகும்.

கவிஞர் இக்பாலை அவருடைய ஆசிரியர், 'பள்ளிக்கு ஏன் தாமதமாக வந்தாய்'? என்றாராம். உடனே இக்பால், 'இக்பால் தாமதமாகத் தான் வரும்' என்றாராம். இக்பால் என்ற சொல்லிற்குப் புகழ் என்று பொருள். எனவே புகழ், பதவி போன்றவை உழைப்பு, தொண்டு, நேர்மை ஆகியவற்றைக் கடக்க காலம் எடுத்துக் கொண்ட பின்னரே வந்து சேரும்.

நாடாளுமன்ற உறுப்பினர்

நாட்டு விடுதலைக்குப்பின் தாய்நாட்டிற்கென்று ஓர் அரசியல் அமைப்புச் சட்டத்தை உருவாக்கிக்கொள்ளக் காலஇடைவெளி தேவைப்பட்டது. அதனால்தான் 1947 ஆம் ஆண்டு விடுதலை பெற்றும் 1950சனவரி இருபத்தாறாம் நாள்தான் அரசியல் அமைப்புச் சட்டம் கொண்ட குடியரசு நாடாக அறிவிக்கப்பட்டது.

அந்த அரசியல் அமைப்புச் சட்டத்தில் குறிப்பிட்டுள்ளது போல் தேர்தல் நடத்த, மேலும் இரண்டாண்டுகள் தேவைப்பட்டன. 1952இல் நாட்டின் முதல் பொதுத்தேர்தல் நடந்தது.

இப்பொதுத் தேர்தலில் கக்கன் மதுரைத் தொகுதியில் நாடாளுமன்ற உறுப்பினர் பதவிக்குப் போட்டியிட்டார். அன்று நம் நாட்டில் இரட்டை வேட்பாளர் முறை இருந்தமையால் தாழ்த்தப்பட்ட இனத்தவருக்கென்று தனித்தொகுதி எதுவுமில்லை. எனவே மதுரை மத்தியத் தொகுதியில் காங்கிரசைச் சேர்ந்த இரண்டு வேட்பாளர்கள் களத்தில் இருந்தனர். தாழ்த்தப்பட்ட இன மக்களின் சார்பில் கக்கனையும் பிற மக்களின் சார்பாகக் கொடிமங்கலம் பாலசுப்பிரமணியம் ஐயரையும் வேட்பாளராகக் காங்கிரஸ் கட்சி அறிவித்தது. காங்கிரஸ் கட்சியின் வேட்பாளர்களான கக்கன் மற்றும் கொடிமங்கலம் பாலசுப்பிரமணிய ஐயர் ஆகிய இருவரும் வெற்றி பெற்று நாடாளுமன்ற உறுப்பினராயினர். 1952 முதல் 1957வரை நடந்த நாடாளுமன்ற அனைத்துக் கூட்டத் தொடர்களிலும் கக்கன் தவறாமல் கலந்து கொண்டு பொறுப்புள்ள உறுப்பினராக நடந்து கொண்டார். அவர் அலிப்புரம் சிறையிலிருந்த காலங்களில் கற்றுக் கொண்ட இந்தி மொழியறிவும், அரசியல் அமைப்புச் சட்டப்பேரவை உறுப்பினராக இருந்த போது பெற்ற பட்டறிவும் அவருக்கு உதவியாக இருந்தன.

17. மாநில காங்கிரஸ் கட்சித் தலைவர்

இராஜாஜி பதவி விலகியபின் தமிழகத்தின் முதல்வராக யார் பொறுப்பேற்க வேண்டுமென்ற கட்சி விவாதத்தில் கக்கன் அவர்களும் கலந்து கொண்டு, காமராசர் தலைமை ஏற்று முதல்வர் பொறுப்பை ஏற்க வேண்டும் என்று வலியுறுத்தினார். கட்சியின் ஒருமனதான முடிவுக்கு இணங்கி காமராசர் முதல்வர் பொறுப்பை ஏற்றார். ஏழுபேர் கொண்ட அவர்தம் அமைச்சரவையில் எம்.பக்தவச்சலம், சி.சுப்பிரமணியம், எஸ்.எஸ்.இராமசாமிப் படையாட்சி முதலியோர் இடம் பெற்றிருந்தனர்.

காமராசர் முதல்வர் பொறுப்பை ஏற்றதும் இராஜ கோபாலச்சாரியார் நடைமுறைப்படுத்திய குலக்கல்வித் திட்டத்தைத் திரும்பப் பெற்றுக் கொண்டார்.

தமிழ்நாடு காங்கிரஸ் கட்சித்தலைவராக இருந்த காமராசர் முதல்வர் பொறுப்பை ஏற்றதும் கட்சித் தலைமையை எவருக்குக் கொடுப்பது என்ற விவாதம் வந்த போது கட்சியின் செயற்குழு கக்கன் அவர்களையே தெரிவு செய்தது. செயற்குழுவின் ஆணையை ஏற்றுக் கக்கன் தமிழ்நாடு காங்கிரஸ் கட்சியின் தலைமைப் பொறுப்பை ஏற்றார். அப்போது நாடாளுமன்ற உறுப்பினராகவும் இருந்தார்.

நாடாளுமன்ற உறுப்பினராக இருக்கும் கக்கன் 1954 முதல் 1957வரை மாநிலத் தலைமைப் பொறுப்பில் பணியாற்றினார். தாழ்த்தப்பட்ட இனத்தைச் சார்ந்த ஒருவர் காங்கிரஸ் கட்சியின் மாநிலத் தலைவராகப் பொறுப்பேற்றது இதுவே முதல் முறையாகும். இதனை ஒரு சமுதாய மறுமலர்ச்சி என்றும், ஓர் உண்மைத் தொண்டனுக்குக் கிடைத்த வெற்றி என்றும் பல இந்தியத் தலைவர்கள் புகழ்ந்தனர். ஆனால், தமிழகத்தைப் பொறுத்தவரை, உண்மைத் தொண்டனுக்குப் பெருந்தலைவர் காமராசர் தந்த மரியாதை என்பதே உண்மை.

18. கக்கன் "கக்கன்ஜி" ஆனார்

தேசியக் காங்கிரஸ் தொடங்கி எழுபது ஆண்டுகள் நிறைவுறும் ஆண்டான *1955* ஆம் ஆண்டு காங்கிரஸ் கட்சியின் அகில இந்திய மாநாட்டைச் சென்னையில் நடத்த கட்சி முடிவு செய்தது. தமிழகத்தின் மாநிலத் தலைவரான கக்கன் அவர்களுக்கு அம்மாநாடு நடத்தும் பொறுப்பினைத் தந்தது. அன்றைய தமிழக முதல்வர் காமராசர் கொடுத்த ஊக்கத்தாலும் உறுதுணையாலும் மிகச் சிறப்பாக ஏற்பாடுகள் செய்யப்பட்டன. சென்னை ஆவடியில் *21.1.1955* முதல் *23.01.1955* வரை நடைபெற்ற இம்மாநாடு, இதோ ஒரு திறன்மிக்க நிர்வாகி என்று கக்கனின் திறமையை அடையாளம் காட்டியது. அந்தத் தேசிய அளவிலான மாநாட்டிற்குத் தலைமை வகித்தவர் அன்றைய இந்திய தலைமை அமைச்சர் நேரு பெருமகனார் ஆவார்.

நேரு, கக்கனை அழைக்கும் போதெல்லாம் கக்கன்ஜி ('ஜி' என்பது 'அவர்கள்' என்பதன் இந்தி வடிவமாகும்). என்றே அழைத்தார். அவர் தந்த 'ஜி' என்ற அடைமொழி பிற தலைவர்களாலும் ஏற்றுக் கொள்ளப்பட்டு அனைவரும் கக்கன்ஜி என்றே அழைக்கத் தொடங்கினர். மாநாடு நடத்திய விதத்தைப் பாராட்டிய நேருஜி, தரையில் அமர்ந்து மாநாட்டைப் பார்த்துக் கொண்டிருந்த பூசாரிக் கக்கனிடம் வந்து நலன் விசாரித்து விட்டு மேடைக்குச் சென்றார் என்பது குறிப்பிடத்தக்கது.

நேரு அவர்களால் அழைக்கப்பட்ட 'கக்கன்ஜி' என்ற அப்பெயர் அனைத்துக் கட்சித் தலைவர்களாலும் மக்களாலும் இன்றும் அழைக்கப்படுகின்றன.

19. மாநில அமைச்சரான மாண்பாளர்

1957ஆம் அண்டு காங்கிரஸ் கட்சியின் மாநிலத் தலைவராக இருக்கும் போதே பொதுத் தேர்தல் வந்தது. இத்தேர்தலை மாநிலத் தலைவராக இருந்து நடத்திய பெருமை கக்கனுக்கு உண்டு. அன்றைய தேர்தல் குழுவின் ஆணைப்படி இவரும் தேர்தலில் போட்டியிடத் தீர்மானித்தார். 1952க்கு முன் திருச்சி மாவட்டத்தில் அரியலூர் தொகுதியில் போட்டியிட்டார். நல்லதோர் அரசியல் கட்சியாக வளர்ந்து கொண்டிருக்கும் திராவிட முன்னேற்றக்கழகம் இவரை எதிர்த்து வேட்பாளரை நிறுத்தவில்லை. ஆனால் பொதுவுடைமைக் கட்சியைச் சார்ந்த பி.வடிவேலு என்பவர் எதிர்த்து நின்றார்.

மாநில அளவில் நல்ல பேரும் புகழும் பெற்றிருந்த கக்கன், அவரை எதிர்த்து நின்ற வடிவேலு என்பவரைக் காட்டிலும் கிட்டத்தட்ட 12,000 வாக்குகள் அதிகம் பெற்று வெற்றி மாலை சூடினார். 133 உறுப்பினர்களைக் கொண்ட சட்டப் 'பேரவைத் தலைவராகக் காமராசர் தேர்ந்தெடுக்கப்பட்டார். இரண்டாவது முறையாகத் தம் அமைச்சரவையை அமைக்கும் காமராசர், ஏழுபேர் கொண்ட தம் அமைச்சரவையில் கக்கனையும் சேர்த்துக் கொண்டார். எம்.பக்தவச்சலம், சி.சுப்பிரமணியம். ஆர்.வெங்கட்ராமன், வி.இராமையா, லூர்தம்மாள் சைமன், எம்.ஏ மாணிக்கவேல் நாயக்கர், பூவராகவன் ஆகியோர் அமைச்சரவையின் பிற உறுப்பினராவர்.

1957ஆம் ஆண்டு ஏப்ரல் பதின்மூன்றாம் நாள் காமராசர் தலைமையில் அமைந்த அமைச்சரவையில் கக்கன் அமைச்சர் பொறுப்பை ஏற்றார். பொதுப்பணி, அரிசனநலம் ஆகிய துறைகளின் அமைச்சராக 1962ஆம் ஆண்டு மார்ச் பதினான்காம் நாள் வரை சிறப்பாகச் செயல்பட்டார். இவர் பல்வேறு வளர்ச்சிப் பணிகளைச் செய்தார்.

தமது அரசியல் வளர்ச்சியில் முதன் முதலாகப் பொதுத்தேர்தலில் எதிர்க்கட்சியாக அமர்ந்திருந்த திராவிட முன்னேற்றக்

கழக உறுப்பினர்களுடன் நல்ல நட்புறவு கொண்டிருந்தார். அமைச்சராகப் பொறுப்பேற்றுக் கொண்டவுடன் முதல் சுற்றுப்பயணமாக மதுரை மேலூருக்கு வந்தார். மேலூர் பயணியர் மாளிகையில் தங்கி இருந்த அமைச்சர் கக்கன், ஆலோசனைக்காக அழைத்த முதல் அதிகாரி மாவட்டக்கல்வி அதிகாரியாவார். அன்றைய மாவட்டக்கல்வி அதிகாரியாக இருந்த முனைவர் வேங்கடசுப்பிரமணியன் தமது துறைக்குத் தொடர்பில்லாத அமைச்சர் அழைப்பதில் அதிர்ந்து போனார் என்றாலும் மரபுகருதி அமைச்சரைக் காண வந்தார். மாவட்டத்தில் எத்தனை பள்ளிகள் இருக்கின்றன எத்தனை கிராமங்களில் பள்ளிகள் இல்லை என்பதை விசாரித்தார். ஒவ்வொரு கிராமத்திலும் ஓராசிரியர் பள்ளியைத் தொடங்கிட ஆவன செய்தார். கக்கன் அமைச்சராகி செய்த முதற்பணி கல்விப்பணியே.

அன்றைய மாவட்டக் கல்வி அதிகாரியாக இருந்த முனைவர் வேங்கட சுப்பிரமணியன் பிற்காலத்தில் புதுச்சேரிப் பல்கலைக் கழகத்தின் துணைவேந்தரான பின்னும் இந்தச் செய்தியைப் பல மேடைகளில் சொல்லிச் சொல்லி வியந்தார்.

இவ்வாறு, தமது பொறுப்பில் இல்லாத துறையாக இருந்தாலும், மக்களின் நலன் கருதி எதை முதலில் செய்ய வேண்டும் என்று எண்ணி அதற்கேற்பச் செயற்பட்டுள்ளார். ‘கல்வியே ஆன்மாவின் உணவு, அஃதின்றேல் நம் ஆற்றல்கள் எல்லாம் செயலற்று நின்றுவிடும், பயன்தரா’ இவ்வாறு வெளிநாட்டு அறிஞர் ‘மாகினி’ கூறியதை எண்ணும் போது மக்களின் ஆன்ம உணவாக, உணர்வாகக் கல்வியைக் கக்கன் கருதிவந்தார் என்பது வெள்ளிடைமலை.

20. கல்வித்துறை வளர்ச்சி

தாம் பொதுத்தொண்டில் கலந்து கொண்ட காலம் முதல் கல்வியில் ஆர்வம் கொண்ட கக்கன். தாம் வேளாண் அமைச்சராக இருக்கும் போதும் பள்ளிகளுக்குச் சென்று குழந்தைகளின் கல்வித்தரத்தைக் கேட்டறிவார். இது அவருக்கு மனமுவந்த பணியாக இருந்தது. தமக்கு நேரடியாகத் தொடர்பில்லாத துறையாக இருந்தாலும் பள்ளிகளுக்குச் செல்ல தயங்குவதில்லை. 1957இல் விவசாய அமைச்சராகி மதுரைக்குச் சென்று இவரால் அழைக்கப்பட்ட முதல் அதிகாரி, மாவட்டக் கல்வி அதிகாரி என்பதை முன்பே பார்த்தோம்.

இவருக்கு அளிக்கப்பட்ட மற்றொரு துறையான தாழ்த்தப்பட்டோர் நலத்துறை, இவருக்கு இருந்த கல்வி ஆர்வத்தை மிகவும் பயன்படுத்திக் கொள்ள வாய்ப்பாக இருந்தது. மாவட்டந்தோறும் பள்ளிகள் இருக்கும் ஊர்களில் விடுதிகள் தொடங்கி ஏழை மக்களுக்குப் பள்ளியில் சேர்ந்து படிக்கும் வாய்ப்பை உருவாக்கித் தந்தார். இந்த விடுதிகளில் தாழ்த்தப்பட்ட மக்களுக்கு மட்டுமல்லாமல் பிற சாதியினருக்கும் குறிப்பிட்ட விழுக்காடு ஒதுக்கித் தந்து ஏழைகளுக்கு உதவினார். 1963க்குள் தாழ்த்தப்பட்ட நலத்துறையின் கீழ் இயங்கும் 1052 பள்ளிகளைத் திறந்த பெருமை கக்கனுக்கு உண்டு. அப்பள்ளிகளில், காமராசரால் மிகவும் மனமுவந்து தொடங்கப்பட்ட மதிய உணவுத்திட்டத்தை நடைமுறைப்படுத்துவதில் ஆர்வம் காட்டினார்.

வீட்டுவசதி

தாழ்த்தப்பட்ட மக்களுக்கென்று தனி வீட்டுவசதி வாரியம் ஒன்றினை அமைத்து, குடிசைவாழ் மக்களுக்கும் கிராமவாழ் மக்களுக்கும் உதவுமாறு நடைமுறைப்படுத்தினார். அதில் பத்து விழுக்காடு பிற சாதி இந்துக்களுக்கு ஒதுக்கி அவர்கள் விரும்பினால் பெற்றுக் கொள்ளலாம் என்றும் ஆணை வழங்கினார். ஆனால் எந்தப் பிற சாதியாரும் விண்ணப்பித்துப் பெற்றுக் கொள்ளவில்லை என்பது குறிப்பிடத்தக்கது.

21. காவல்துறையின் காவலர்

காவல்துறை என்பது ஒரு நாட்டின் முதுகெலும்பு என்றே கொள்ளலாம். 1957க்குப் பின்னால் படிப்படியாக வளர்ந்து வந்த காவல்துறை 1963க்குப் பின் அதிகப்படியான வளர்ச்சியைக் கண்டது. அதிக எண்ணிக்கையில் காவலர்கள் தெரிவு செய்யப்பட்டனர். அதன் தொடர்ச்சியாகக் காவலர் பயிற்சிப் பள்ளியும் தொடங்கிய பெருமை கக்கனுக்கு உண்டு.

அதுமட்டுமல்லாமல் இன அடிப்படையிலான கலவரங்களைக் கண்டறியவும் உண்மையைத் தெரிந்து கொள்ளவும், தனித்தவொரு இரகசியக் காவலர் படையைத் தொடங்கினார்.

1964 ஆம் ஆண்டு இலஞ்ச ஒழிப்பிற்கென்று தனித் துறையைத் தொடங்கி, மாநிலக் காவல்துறைத்தலைவருக்கு இணையான அதிகாரியை நியமனம் செய்து நாட்டில் நிலவிய தவறுகளைக் களைந்தெறியத் திட்டமிட்டார். அது எந்த அளவிற்குச் செயற்பட்டது? எந்த மட்டத்தில் செயற்பட்டது? என்று பார்ப்பதைவிட அவர் தொடங்கிய நல்லெண்ணத்தை மனதாரப் போற்றிப் பாராட்ட வேண்டும்.

அலுவலக நடைமுறை

காலம் தவறாமல் அலுவலகம் வருவார்; வந்தவுடன் தமக்காகக் காத்திருக்கும் பார்வையாளர்களை அன்போடு அழைத்து அவர்கள் சொல்லும் குறைகளைக் கேட்டு, உடனுக்குடன் ஆவண செய்வார். எவர் வந்தாலும் அமர வைத்துப் பேசி அனுப்பும் பண்புடையவராகத் திகழ்ந்தார்..

22. மீண்டும் அமைச்சராகும் வாய்ப்பு

ஐந்தாண்டுக் காலம் பல்வேறு சமுதாய மேம்பாட்டு அமைச் சராகப் பணியாற்றியதால் நல்ல பேரும் புகழும் கக்கன்ஜிக்கு வந்து சேர்ந்தன.

'ஆக்கம் அதர்வினாய்ச் செல்லும் அசைவிலா
ஊக்கம் உடையான் உழை'

என்ற குறளுக்கு இணங்கப் பெருந்தலைவர் காமராசர் அமைச்சரவையில் கக்கன் நேர்மையான தன்னலம் கருதாத அமைச்சர் என்ற பெருமையைப் பெற்றார். 1962ஆம் ஆண்டு மார்ச் மாதத்தில் 1962-67க்கான அடுத்த பொதுத்தேர்தல் அறிவிக்கப்பட்டது. கட்சியின் ஆணைப்படி மேலூர்த் தனித்தொகுதியில் கக்கன் போட்டியிட்டார். இந்த முறையும் திராவிட முன்னேற்றக் கழகம் கக்கனை எதிர்த்து வேட்பாளரை நிறுத்தவில்லை என்றாலும், பொதுவுடமைக் கட்சி தனது வேட்பாளரை நிறுத்தியது. உண்மைத் தொண்டனான கக்கன், தமது எதிரணி வேட்பாளரைக் காட்டிலும் 16,495 வாக்குகள் அதிகம் பெற்று இரண்டாவது முறையும் சட்டமன்ற உறுப்பினராகத் தெரிவு செய்யப்பட்டார். அந்தப் பொதுத்தேர்தலில் பெரும்பான்மை இடங்களை வென்ற காங்கிரஸ் கட்சியின் சட்டமன்ற உறுப்பினர்கள் தங்களது சட்டமன்றத் தலைவராகக் காமராசரைத் தேர்ந்தெடுத்தனர். அதனால், மூன்றாவது முறையாக அமைச்சரவை அமைக்கும் வாய்ப்பினைக் காமராசர் பெற்றார். அந்த அமைச்சரவையில் கக்கனையும் அமைச்சராகச் சேர்த்துக் கொண்டார்.

1962ஆம் ஆண்டு மார்ச் 15ஆம் நாள் கக்கன் அமைச்சர் பொறுப்பை ஏற்றார். வேளாண்மை, உணவு, சிறுபான்மையினர் நலம், மதுவிலக்கு, கால்நடைக் காப்பு, அரிசனநலம் ஆகிய மிக முதன்மையான பொறுப்புகள் கக்கனிடம் ஒப்படைக்கப்பட்டன. எம்.பக்தவச்சலம், சோதி வேங்கடாசலம், ஆர்.வெங்கட்ராமன், வி.இராமையா, நல்லசேனாதிபதி சர்க்கரை மன்றாடியார், பூவராகன் ஆகியோர் கக்கனுடன் அமைச்சரவையில் இருந்த பிற அமைச்சர்களாவர்.

23. விட்டுக்கொடுத்த வித்தகர்

நாட்டின் நலனைக் காக்கக் கட்சி நல்ல முறையில் இயங்க வேண்டும். அதற்காகக் கட்சியிலுள்ள மூத்தத் தலைவர்கள் அரசியல் பதவிகளை விட்டுக் கட்சிப்பணிக்கு வரவேண்டும் என்ற திட்டத்தைக் காமராசர் கொண்டுவந்தார். தாமே இத்திட்டத்தின் முன்னோடியாக நடக்க விரும்பிய காமராசர், முதல்வர் பதவியிலிருந்து விலகினார். அதனால், அகில இந்திய காங்கிரஸ் கட்சியின் தலைவரானார். பதவிச் சுகத்தை விட மக்களின் தொண்டில் கிடைக்கும் சுகமே பெரிதானது என்று கருதிய உலகத் தலைவர்களில் அமெரிக்காவில் கென்னடியும், உருசியாவில் குருச்சேவும் குறிப்பிடத்தக்கவர்கள். அவர்களோடு இணையாக ஒப்பிடும் அளவிற்குக் காமராசரின் இச்செயல் புகழ்பெற்றது.

அவ்வாறு முதல்வர் பதவியை விட்டு விலகிய போது அடுத்த முதல்வராகக் கக்கன் வரவேண்டும் என்பதில் காமராசர் ஆர்வம் கொண்டிருந்தார். காமராசர் தமது இந்த எண்ணத்தில் பிடிவாதமாக இருந்ததாகவும், கட்சியின் நலன் கருதிக் கட்சியின் செயற்குழு என்ன முடிவு எடுக்கிறதோ அதைச் செய்து கொள்ளுங்கள் என்று விட்டுவிட்டதாகவும் அறிந்தவர்கள் கூறுகின்றனர்.

நிலைமையை நன்கு உணர்ந்த கக்கன், தாமே முன்வந்து அமைச்சரவை மூத்த உறுப்பினர் எம்.பக்தவச்சலம் அவர்களை முதல்வராக முன் மொழிந்தார். இப்படி முகமலர்ச்சியோடு முன்மொழிந்ததைக் கண்ட பக்தவச்சலம் மனம் நெகிழ்ந்து போனார். பெருந்தலைவர் காமராசரின் உயர்ந்த உள்ளத்தையும் கக்கனின் விட்டுக் கொடுக்கும் நற்பண்பையும் இன்றும் பலர் நினைவு கூர்கின்றனர்,

இராமனை, 'மெய்த்திருப்பதும் மேவு' என்ற போதும், 'இத்திருத்துறந்து காடு ஏகு' என்ற போதும், அவன் முகம் 'சித்திரத்தின் அலர்ந்த செந்தாமரையை வென்றதம்மா' என்ற கம்பன் வரிகள் சமூகத் தொண்டன் கக்கனுக்கும் பொருந்தும்.

1963ஆம் ஆண்டு அக்டோபர் மூன்றாம் நாள் பக்தவச்சலம் அரசின் முதல்வரானார். காமராசர் அமைச்சரவையில் இருந்த அமைச்சர்கள் அனைவரையும் அப்படியே வைத்துக் கொண்டார். கக்கனின் நல்லுள்ளத்தை வெகுவாகப் புகழ்ந்த பக்தவச்சலம் உள்துறை, நிதி, கல்வி, சிறை, தொழிலாளர் நலம், அறநிலையத்துறை, அரிசன நலம் போன்ற மிகப்பெரிய துறைகளின் பொறுப்பை வழங்கிக் கக்கனை உயர்த்தி மகிழ்ந்தார்,

கக்கனுக்குப் பின்னால் இன்றுவரை எந்தவொரு தாழ்த்தப்பட்ட குடிமகனும் இவ்வளவு பெரிய பொறுப்புள்ள துறைகள் பெற்ற அமைச்சராக இருந்ததில்லை.

மேலும், மைய அரசால் அகில இந்திய வீட்டுவசதி வாரிய உறுப்பினராக நியமிக்கப்பட்டார். உடல் நலக்குறைவின் காரணமாக அந்த வாரியக் கூட்டங்களில் அவர் கலந்து கொள்ளவே இல்லை. தொடர்ந்து இவர் எந்தக் கூட்டத்திலும் கலந்து கொள்ளாததைக் காரணம் காட்டி உறுப்பினர் பதவியிலிருந்து நீக்கப்பட்டார். பதவி வந்ததால் கக்கன் மகிழவுமில்லை அதிலிருந்து நீக்கப்பட்டதால் வருந்தவுமில்லை. இவரை அரசியலில் ஒரு புரட்சித்துறவி எனலாம்.

24. தீண்டாமை வேண்டாமே

'தீண்டாமை ஒப்புகின்றார்
தீண்டாரிடம் உதவி
வண்டாமல் இல்லையடி சகியே
வண்டாமல் இல்லையடி' (பாவேந்தர்)

இவர் வாழ்ந்த தும்பைப்பட்டிக் கிராமத்தில் குடிநீர், மழைநீர் தேங்கும் குளத்திலிருந்து தான் எடுத்துப் பயன்படுத்தவேண்டும். தாழ்த்தப்பட்ட மக்களுக்கு 'பீக்குளம்' என்ற குளத்திலிருந்தும் பிற சாதியினருக்கு 'ஊருணி' என்ற குளத்திலிருந்தும் குடிநீர் எடுப்பதும் வழக்கமாக இருந்து வந்தது,

பீக்குளம் மக்கள் வெளிவாசல் சென்று கைகால் கழுவுவதற்கும் மாடுகள் குளிப்பாட்டுவதற்கும் பயன்படுத்தப்படும் குளம். அந்த நீரைத்தான் தாழ்த்தப்பட்ட மக்கள் குடிநீராகப் பயன்படுத்தி வந்தனர். அதே சமயத்தில் ஊருணி என்பது எவரும் குளிக்காமலும் மாடுகள் வாய்வைக்காமலும் மிகவும் பாதுகாப்பாகக் காவலிட்டுக் காப்புச் செய்து வந்த குளமாகும், இதில் தாழ்த்தப்பட்ட மக்கள் குடிநீர் எடுக்கக்கூடாது என்பது ஊர்க்கட்டுப்பாடாகும்.இதை எதிர்த்து தாழ்த்தப்பட்ட மக்களும் ஊருணியைப் பயன்படுத்த வேண்டும் என்ற எண்ணத்தைத் தம்முடன் இருக்கும் தலைவர்களான ஒருங்கான் அம்பலம் மற்றும் கருப்பன் செட்டியார் என்கிற கருப்பையாசெட்டியார் ஆகியோருடன் கலந்து ஆலோசித்தார் கக்கன்,

நல்லுள்ளமும் மனிதநேயமும் கொண்ட அத்தலைவர்கள் ஆதரவு தெரிவித்ததுடன் இக்கொடுமைக்கு எதிராகத் தாங்களே முன்னின்று போராட ஒப்புக் கொண்டனர். அதனால், அன்று ஊர்ப்பொதுச் சேவையில் ஈடுபட்டிருந்த குப்பையன் (குப்புசாமி) என்பவரின் தலைமையில் ஊருணியில் குடிநீர் எடுப்பது என்ற முடிவுக்கு வந்தனர். தாழ்த்தப்பட்ட மக்களை ஒன்று திரட்டி கக்கன், ஒருங்கான் அம்பலம், கருப்பன் செட்டியார் ஆகியோர் முன் செல்ல மக்கள் பின் சென்றனர். அனைவரும் குளத்தில் குடிநீர் எடுத்துக் கொண்டு திரும்பும் போது அம்பலவர் இனத்து

மக்கள் கத்தி, கம்பு போன்ற ஆயுதங்களுடன் வழி மறித்தனர். தாழ்த்தப்பட்ட மக்களின் கைகளில் குடிநீர், அம்பலவர் மக்களின் கைகளில் ஆயுதம்! என்ன நடக்குமோ! என்ற அச்சத்தோடு பலர் வந்தனர். ஆனால், அச்சம் என்பது மடமையடா! என்ற தெளிந்த சிந்தனை கொண்ட தலைவர்களை அவ்வச்சம் அணுகவில்லை. காந்திய வழியில் எதிரணியினரைச் சந்திக்க முடிவு செய்தனர். துணிந்த உள்ளம் கொண்ட ஒருங்கான் அம்பலம் முன்வந்து பேசத் தொடங்கினார்.

'நானும் அம்பல சமுதாயத்தைச் சேர்ந்தவன்தான், நம்மோடு வாழும் மக்கள் தூய்மையற்ற குடிநீரைக் குடிப்பது என்ன நியாயம்? இயற்கையால் வழங்கப்பட்ட நீரைக் கொடுக்க மறுப்பது எவ்வளவு பெரிய கொடுமை' என்றார். ஆனால் எவரும் செவிசாய்க்கவில்லை. அதனால் மீண்டும் பேசத் தொடங்கினார். 'இதோ உங்கள் மக்களை வெட்டி உங்கள் ஆசையை நிறைவேற்றிக் கொள்ள வேண்டுமானால் என்னைத் தீர்த்துக்கட்டிவிட்டப்பிறகு தீர்வு காணுங்கள்' என்று கூறி அவரும் அமர்ந்தார். அடுத்து முன்வந்த கக்கன் 'இந்த இரு தலைவர்களை வெட்டுவதற்கு முன் என்னை வெட்டுங்கள். எங்கள் சமுதாயத்திற்கு விடுதலை பெற்றுத்தர முன்வந்த தலைவர்கள் சாவதை நான் பார்த்துக் கொண்டிருக்கமாட்டேன். அவர்களுக்கு முன் நான் மரணம் அடைய வேண்டும். இதோ என்னை முதலில் வெட்டி விட்டு என் தந்தைமார்களை வெட்டுங்கள்' என்று சொல்லி அவரும் அமர்ந்தார். எதிரணியில் இருந்த வன்முறைச் சிந்தனையாளர்கள் என்ன செய்வதென்றே புரியாமல் தடுமாற்றம் கொண்டனர். இறுதியில், இன்றிரவு ஊர்ப்பஞ்சாயத்தில் கூடி முடிவு செய்து கொள்ளலாம் என்று கலைந்தனர்.

அன்று இரவு ஊர் மக்கள் கூடி மிகப்பெரிய அளவில் பஞ்சாயத்து நடத்தினர். இனக்கலவரமாக மாறிவிடக்கூடாது என்பதைக் கருத்தில் கொண்டு அனைத்து இனமக்களும் ஒன்று திரண்டு அமர்ந்திருந்தனர். ஒருங்கான் அம்பலம், கருப்பன்செட்டியார் ஆகியோரும் ஊர் மன்றில் கலந்து கொண்டனர். மனித நேயச்சிந்தனை என்ற அடிப்படையில் வாதத்தை எடுத்து வைத்தனர். பல்வேறு எதிரணி சொல்வீச்சிற்கிடையே

இவர்களின் வாதத்திறமையால் தாழ்த்தப்பட்ட மக்கள் ஊருணியின் ஒரு மூலையிலும் சாதிஇந்துக்கள் மறுமூலையிலும் நீர் எடுக்க முடிவு செய்யப்பட்டது.

இந்த முடிவும் சமுதாயக் கொடுமையின் மறுவடிவம்தான் என்றாலும் அன்றைய சூழலில் அந்த மக்களை அமைதிப்படுத்த இந்த முடிவை ஏற்றுக் கொள்ள வேண்டியதாகிவிட்டது.

காலப்போக்கில் அனைத்தும் மறைந்து இன்று இரு இனமக்களும் தோழமையுடன் வாழ்கின்றனர். இந்தத் தோழமைக்கு எதிராக இருந்த தீண்டாமைக் கொடுமையை நீக்கிச் சமுதாய ஒற்றுமைக்கு வழிவகுத்துத் தந்த பெருமையின் பெரும்பங்கு கக்கனையேச்சாரும் என்பதில் எவருக்கும் ஐயமில்லை!. கக்கன், ஒருங்கான்அம்பலம், கருப்பன்செட்டியார் ஆகியோரை அவ்வட்டார மக்கள் இன்றும் நன்றியோடு நினைவு கொள்கிறார்கள். 'எல்லோரும் ஓர் குலம், எல்லோரும் ஓர் இனம். எல்லோரும் இந்நாட்டு மக்கள்' என்ற உடன்பிறப்புணர்வு எப்போது ஏற்படுமோ என்ற ஏக்கம் கக்கன் பிறந்த ஊரில் இன்று மறைந்துவிட்டது. அதற்காக இன்று தமிழகச் சிற்றூர்களில் ஒவ்வொரு ஊருக்கும் ஒரு கக்கனா பிறக்க முடியும்? ஆனால் ஓர் ஒருங்கான் அம்பலமும் கருப்பன் செட்டியாரும் உருவாகலாமே!

25. அஞ்சா நெஞ்சினரின் ஆலய நுழைவு

இறைவன் எல்லோருக்கும் பொதுவானவன். அவன் பெயரால் அமையும் ஆலயம் என்பதும் பொது. இதில் ஒரு பிரிவினர் ஆலயத்திற்குள் சென்று வழிபடுவதும், ஒருபிரிவினர் வெளியில் நின்று வழிபடுவதும், உள்ளே சென்று வணங்கினால் ஆலயத்தூய்மை கெட்டுவிடும் என்று புறக்கணிப்பதும் மனித நேயத்திற்கு ஏற்புடையதன்று.

'ஒரே மண்ணில் பிறந்து ஒன்று போல் வாழ்ந்து வரும் மானிடருள் வேற்றுமை காண்பது மனிதத் தன்மையன்று' என்ற தமது சிந்தனையை வைத்தியநாதய்யர் கட்சி செயற்குழுக் கூட்டங்களில் பலமுறை வலியுறுத்தினார். ஆனால், கட்சியின் மூத்த தலைவர்கள் ஒப்புக்கொள்வதாக இல்லை. இங்கு,

"முப்பது கோடியார் பாரதத்தார் இவர்
முற்று ஒரே சமூகம் – என
ஒப்புந்தலைவர்கள் கோயிலில் மட்டும்
ஒப்பாவிடில் என்ன சுகம்".

என்று பாவேந்தர் பாரதிதாசன் பாடிய வரிகளை நினைத்துப்பார்க்க வேண்டியுள்ளது. ஒதுக்கப்பட்டவர்கள் ஆலயப் பிரவேசம் செய்தால் சமுதாயத்தில் கலவரங்கள் வெடிக்கும். அதனால், நமது நோக்கமான விடுதலைப்போர் வலிவு பெறாமல் போய்விடும் என்று காரணம் கூறித் தட்டிக்கழித்தனர். 'இந்திய மண்ணில் நம்முடன் வாழ்பவர்களுக்கு விடுதலை கொடுக்க மறுத்து, அடிமைகளாக வைத்துக்கொண்டு, நாட்டிற்கு விடுதலை கேட்பது எந்தவிதத்தில் நியாயமாகும்?' என்ற வைத்தியநாதய்யரின் வாதம் ஏற்றுக்கொள்ளப்படவில்லை. 'சொந்தச் சகோதரனுக்குக் கொடுமை என்று சொல்ல நமக்கென்ன உரிமை இருக்கிறது; காந்தியைத் தலைவராக ஏற்றுக்கொண்ட நாம் செய்யவில்லை என்றால் வேறு எவர் செய்யப்போகிறார்கள்; அப்படியொரு சமுதாய விடுதலை நாம் கொடுக்கவில்லை என்றால் நாம் பெறப்போகும் விடுதலை

இந்தச் சமுதாயத்திற்கு என்னப் பயனைக் கொடுக்கப் போகிறது' என்றெல்லாம் வாதிட்டு ஒரு முடிவுக்கு வந்தார் ஐயர்.

கட்சியினுடைய ஒப்புதலைப் பெறமுடியாத போதும், கலவரங்கள் வெடிக்கும் என்று அச்சுறுத்திய பின்னும் ஆலயநுழைவு செய்தே தீருவது என்ற முடிவுக்கு வந்தார் ஐயர்.

'சொந்தச் சகோதரன் துன்பத்தில் சாதல்கண்டும்
செம்மை மறந்தாரடி'

என்ற வரிகளைப் பாரதியாரின் செல்லப்பிள்ளையான வைத்தியநாதய்யர் தம் மனத்தில் கொண்டிருந்தாரோ! என்னவோ தெரியவில்லை! காங்கிரஸ் கட்சி உறுப்பினர்களின் அச்சுறுத்தலைத் துச்சமாக எண்ணினார். காங்கிரஸ் கட்சியின் மாவட்ட உறுப்பினர் கக்கன், சேவாலய ஊழியர் பி.ஆர்.பூவலங்கம், ஆலம்பட்டி சுவாமி முருகானந்தம், விருதுநகர் நகராட்சி உறுப்பினர் எஸ்.எஸ்.சண்முகநாடார் ஆகியோரை அழைத்து ஆலயப்பிரவேசத்திற்கு நாள் குறித்தார். அதையறிந்த கட்சி மேலிடம் வைத்தியநாத ஐயரை மீண்டும் அச்சுறுத்தியது. அன்று முதலமைச்சராக இருந்த இராஜாஜி அவர்கள் 'ஆலயப்பிரவேசத்திற்குச் சட்டசபையைக் கூட்டிச் சட்டமியற்றிய பிறகே அனுமதி வழங்க முடியும்' என்று வாதிட்டுக் காலம்கடத்தியதையும் வைத்திநாத ஐயர் ஏற்றுக்கொள்ளவில்லை. அவர், 'எனக்காகவும் என் மக்களுக்காகவும்தான் அரசே தவிர அரசிற்காக நாங்களில்லை', என்றார். காவல்துறையும் அரசியல் தலைவர்களும் கொடுத்த அச்சுறுத்தலைப் பொருட்படுத்தாமல் ஆலய நுழைவு செய்யத் துணிந்தார். 1939ஆம் ஆண்டு ஜூலை எட்டாம் நாள் வரலாற்று ஏடுகளில் இனிமை தேக்கிய பக்கமாகும். இறைவனின் மக்களுள் வேறுபாடில்லை 'அனைவரும் சமமே' என்ற குறிக்கோளை ஏந்தி மதுரை மீனாட்சியம்மன் ஆலயத்திற்குள் நுழைந்தனர். பகலில் பல தடைகள் இருந்தமையால் இரவு ஒரு மணிக்கு நுழைந்தனர்.

எந்தெந்தச் சமுதாயங்கள் கோயிலுக்குள் சென்று தொழுவதற்கு அனுமதி மறுக்கப்பட்டனவோ அந்தந்தச் சமுதாயத் தன்னலமில்லாத தொண்டர்களை அணிவகுத்து கூட்டிச்

சென்றார் வைத்தியநாதஐயர் என்பதும் அதில் கக்கன் முதன்மையானவர் என்பதும் குறிப்பிடத்தக்கது.

சூத்திரர்கள் ஆலயத்திற்குள் நுழைந்ததால் 'மதுரை மீனாட்சியம்மன்' ஆலயத்தை விட்டுச் சென்று விட்டதாகச் சொல்லிக் கோவில் பூசாரிகள் வெளியே வந்து அதே வளாகத்திலுள்ள சொக்கநாதர் சன்னதியில் வழிபாட்டை நடத்தினர். அவ்வாறு மீனாட்சியம்மன் வெளியே சென்று விட்டாளா!, என்று தெரிந்து கொள்ள இராஜகோபாலச்சாரியார் காமராசரைத், 'தற்போது மீனாட்சி எப்படி இருக்கிறாள்?' ஆலயத்தில் இருக்கிறாளா? போய்விட்டாளா?' என்று கேட்டார். காமராசர் 'இப்போதுதான் மீனாட்சி மகிழ்வோடு இருக்கிறாள், தான் பெற்ற பிள்ளைகளைப் பார்க்கத் தடைவிதித்திருந்த துரோகிகள் விலகியதால் மீனாட்சி மகிழ்வாக இருக்கிறாள்' என்று காமராசர் விமர்சனம் செய்ததாக மேடையில் குமரி அனந்தன் கூறியது நெஞ்சைத் தொடுகிறது.

இந்தப் பணியைச் செய்து முடிக்கத் தூண்டியும், உதவியும், பெருமை சேர்த்த கக்கனின் நல்லுள்ளத்தை வைத்தியநாதய்யர் பல சூழல்களில் புகழ்ந்திருக்கிறார். தன்மானம் மிக்க இச்செயலால் மனித இதயமுடைய மக்களின் முன் வைத்தியநாதய்யர் தலைநிமிர்ந்து நடந்தார். அதற்குக் கக்கன் துணை நின்றார்.

'வௌவால் அடைந்து கெட்ட
வாடை வீசும் கோயில் தன்னில்
வாயிற்படி திறந்து வைத்தால் தோழரே கொடிய
வறுமையெல்லாம் தொலைந்திடுமோ' தோழரே!' நமக்கு
வருவது தான் என்ன? சொல் தோழரே'

என்று நைந்த உள்ளத்தோடு பாடும் தத்தனூர்க்கவிஞர் அரங்கராசனின் குரல் ஒலித்துக் கொண்டிருந்தாலும் மனிதநேயமுடைய சமுதாயச் சீர்த்திருத்தம் என்ற பார்வையில் இச்செயலும் கக்கனின் தொண்டும் நினைவு கொள்ளத்தக்கன.

இத்துணிவை மக்கள் வரவேற்றனர். விடுதலைப்போர் ஒரு பக்கம் சமுதாயப்போர் மறுபக்கம் என இருமுனைப் போரில் ஈடுபட்ட கக்கனின் பேரும் புகழும் மக்களிடையே பரவத் தொடங்கின.

26. மொழிப்போர்

இந்தியாவின் அரசியல் அமைப்புச்சட்ட வரைவுப்படி நாடாளுமன்றத்தில் ஆட்சிமொழிச்சட்டம் கொண்டுவரப்பட்டது. இந்தி மொழியை ஆட்சி மொழியாக அறிவிக்கத் தீர்மானம் கொண்டு வரப்பட்டுக் கிட்டதட்ட தோற்றுப் போக வேண்டிய அத்தீர்மானம் ஒரேவொரு வாக்கு வேறுபாட்டில் வெற்றி பெற்று இந்தியாவின் ஆட்சிமொழி இந்தி எனச் சட்டம் கொண்டுவரப்பட்டது. ஆனால், தொடக்கமுதலே இந்திக்குத் தமிழகத்திலிருந்து எதிர்ப்புகள் எழுந்தவண்ணம் இருந்தன.

இராஜாஜி முதல்வராக இருந்தபோதே அச்சட்டத்தை நடைமுறைப்படுத்த முயன்றார். தமிழக மக்களின் கடுமையான எதிர்ப்பைச் சமாளிக்க முடியாமல் அம்முயற்சி கைவிடப்பட்டது. ஆனால், பள்ளிகளில் ஒரு பாடமாகக் கற்பித்து வந்தனர். இந்திமொழியில் தேர்வுகள் நடந்தாலும் வெற்றி தோல்விக்கு அம்மதிப்பெண்கள் கணக்கிடப்படவில்லை.

மக்களிடையே மிகவும் செல்வாக்கு வாய்ந்த முதல்வர் காமராசர் காலத்தில் கூட இந்தியை ஆட்சிமொழியாக அறிவிக்கும் ஆணைகள் வெளியிடப்படவில்லை. தமிழ் ஆட்சிமொழியாக அறிவிக்கப்பட வேண்டும் என்பதையும் சட்டசபையில் முன்வைக்கவில்லை. 1962ஆம் ஆண்டு வரை ஆங்கிலமே ஆட்சிமொழியாக இருந்ததோடு மட்டுமல்லாமல் காமராசர் தம் முதல்வர் பதவியை இராஜினாமா செய்துவிட்டுப் போகும்வரை ஆட்சிமொழிப் பிரச்சனையைத் தொடவே இல்லை. 1963 ஆம் ஆண்டு பக்தவச்சலம் முதல்வர் பொறுப்பேற்றுக் கொண்ட நாளில் இந்திதான் ஆட்சிமொழி என அரசாணை வெளியிடத் தீர்மானம் கொண்டுவரப்பட்டது.

அன்று சட்டமன்ற எதிர்க்கட்சி உறுப்பினராக இருந்த அன்றைய முதல்வர் டாக்டர்கலைஞர் மு.கருணாநிதி அவர்கள் அத்தீர்மானத்தை எதிர்த்துக் குரல் கொடுத்தார். தீர்மானம் சட்டசபையில் தாக்கல் செய்யும்முன் ஆளுங்கட்சிச்

சட்டப்பேரவை உறுப்பினர்கள்கூட்டத்தில் விவாதிக்கப்பட்டது. அக்கூட்டத்தில் பேசிய கக்கன் 'இன்றைய சூழலில் மொழிப் பிரச்சனையை எடுப்பது முறையாக இருக்குமோ என்பதைச் சிந்தித்துச் செயற்பட வேண்டும்' என்று, அவருக்கே உரித்தான அமைதியான முறையில் எடுத்துவைத்தார். இதே கருத்தைப் பிறஅமைச்சர்களும் கூட்டத்தில் எடுத்துச் சொன்னார்கள். இந்தச் செய்திகள் மக்களுக்குத் தெரிய வாய்ப்பில்லை. கட்சியின் கட்டுப்பாட்டை மதித்து நடந்தமையால் கக்கனும் பொதுமேடைகளில் எடுத்துச் சொல்லவில்லை. கக்கன் பண்புநலன் மிக்க கட்டுப்பாடுடைய கட்சித்தொண்டனாக வாழ்ந்தார்.

நாகையில் பிறப்பை வைத்தார். 'நா' 'கை'யில் தமிழை வைத்தார் என்பார்களே அந்த மறைமலையடிகள், முத்தமிழ்க் காவலர் கி.ஆ.பெ.விசுவநாதன், தமிழ்த்தென்றல்திரு.வி.க., தொண்டுக்கழகம் தூயபெரியார் இராமசாமி, அறிஞர்அண்ணா, பாவேந்தர் பாரதிதாசன், கருமுத்து தியாகராயச் செட்டியார் இன்னோரன்ன எண்ணற்ற தமிழ் மேதைகள் 'எந்தப்பக்கம் இந்தி வரும்'? என்று குரல் முழக்கம் செய்தனர்.

போராட்ட நிலையை நேரில் கண்டறிய கக்கன் மதுரைக்கு வந்தார். அவரைச் சூழ்ந்து கொண்டு பயணத்தைத் தடைசெய்த நாளான 1965ஆம் ஆண்டு சனவரி இருபத்தாறாம் நாளை எவராலும் மறக்க முடியாது. அதைப்போல், பிப்ரவரி ஆறாம் நாள் காரைக்குடிப் பயணியர் மாளிகையில் தங்கியிருந்த கக்கனை, இந்தி எதிர்ப்புப் போராட்ட மாணவர்கள், பொதுமக்கள் ஆகியோர் சூழ்ந்து கொண்டு கல்வீச்சில் இறங்கினார். கக்கனின் மகிழுந்தையும் சேதப்படுத்தினர். தடியடி நடத்தி மக்களைக் கலைத்து விட்டதைத்தவிர வேறு கடுமையான நடவடிக்கைகள் எதுவும் எடுக்கவில்லை.

தமது மகிழ்வுந்திற்கும் தமக்கும் இடையூறு வந்த பின்னும் சூழலைக் கனிவோடு கருதிப் பார்த்த கக்கன், இந்தி எதிர்ப்புப் போராட்டத்தில் துப்பாக்கிச்சூடு நடத்தப்பட்ட செய்தி அவருக்கு அதிர்ச்சியைத் தந்தது. சுற்றுப்பயணத்தை நிறுத்திவிட்டுச் சென்னை திரும்பினார். முதல்வர் பக்தவச்சலத்தைச் சந்தித்து விவரம் கேட்டு மனம் வருந்தினார்.

எப்படி இருந்தாலும் காவல்துறை அமைச்சர் பொறுப்பில் இருக்கும் கக்கன் காவல்துறையின் நடவடிக்கைகளுக்கு முழுப்பொறுப்பேற்க வேண்டியதாகிவிட்டது. மேலும் பல தேவையற்ற குற்றச்சாட்டுகளையும் ஏற்க வேண்டியதாகிவிட்டது.

என்னதான் பொறுப்பேற்றுக் கொண்டாலும், மாணவர்கள் மீதும் பொதுமக்களின் மீதும் கனிவான நோக்கும், கலங்குவோருக்கு உதவுகின்ற மனநிலையும் கொண்ட கக்கன், மக்களைச் சுட்டுத்தள்ள ஆணையிட்டிருக் கமாட்டார் என்றே கருதவேண்டும். எங்கோ ஏற்பட்ட நிர்வாகச்சறுக்கல் என்றே தமிழுலகம் இன்றும் அந்நிகழ்வைக் குறித்து வைத்திருக்கிறது

27. தேர்தல் தோல்வியைக் கண்டு துவளாதவர்

மொழிப் பிரச்சனையால் உருவான இந்தி எதிர்ப்புப் போராட்டம் ஒருபுறம். உணவு மற்றும் தண்ணீர் இல்லாமல் தவிக்கும் கொடுமை மறுபுறமாக மாநிலம் முழுவதுமே இடர்ப்பாட்டிற்குள் இருந்தது. இந்தி எதிர்ப்புப் போராட்டத்தைக் கட்டுப்படுத்த அண்டை மாநிலங்களிலிருந்து காவல்துறைக் காவலர்களை உதவிக்கு அழைக்க வேண்டிய நிலை ஏற்பட்டது. உணவுப் பற்றாக்குறையைச் சரிசெய்ய நடுவணரசின் உணவுப் பாதுகாப்புக் கிடங்குகளிலிருந்து கோதுமை வாங்க வேண்டியதாகிவிட்டது.

இந்தச் சூழலில்தான் 1967ஆம் ஆண்டு தேர்தல் வந்தது. அப்போது தமிழகத்தில் திராவிட முன்னேற்றக் கழகத்தின் வளர்ச்சி குறிப்பிடத்தக்க அளவில் இருந்தது. காங்கிரஸ் ஆட்சியாளர்களின் நடவடிக்கைகள் வெளிப்படையான விமர்சனத்திற்கு உள்ளானது. எந்தக் கோணத்தில் காங்கிரஸ்காரர்களை விமர்சனம் செய்தாலும் அக்கோணத்தில் கக்கன் வந்ததில்லை.

பொருட்குவிப்பு, ஒழுக்கமின்மை, அதிகாரத்தைத் தவறாகப் பயன்படுத்துதல் போன்ற கோணங்களில் திராவிட முன்னேற்றக்கழகம் தனது தேர்தல் விமர்சன அம்புகளைத் தொடுத்தது. ஆனால் கக்கனை மட்டும் எவரும், எவ்வகையிலும் விமர்சனம் செய்யவில்லை.

அதே சமயத்தில் பல ஏக்கர் நிலம் கக்கன் பெயரில் பட்டா செய்து கொண்டதாகச் சுவர் விளம்பரங்கள் தமிழகமெங்கும் எழுதப்பட்டிருந்ததாகக் கூறுகிறார்கள். அவை பொய்யான தகவல்களின் அடிப்படையில் எழுதப்பட்டன என்பது அன்றைய மக்களுக்குத் தெரியவில்லை என்றாலும், பிற்காலத்தில் அனைவரும் உண்மையை உணர்ந்து கொண்டனர்.

திராவிட முன்னேற்றக்கழகத்துடன் கூட்டுச் சேர்ந்து காங்கிரசை எதிர்த்த இராஜாஜி அவர்கள் கூடக் கக்கனை விமர்சனம்

செய்யமுடியாத தூய்மையைக் கொண்டிருந்தார் என்பது வரலாறு கண்ட உண்மை.

ஆட்சியில் ஒரு மாற்றம் வேண்டும் என்று மக்கள் விரும்பினர். காங்கிரஸ் ஆட்சியாளர்கள் மீதும் கூறப்படும் குற்றச்சாட்டுகளையும் கட்சியின் கொள்கைகளையும் விளக்கித் திராவிட முன்னேற்றக் கழகம் மக்களை ஈர்த்தது.அப்பணியை மிகச் சிறப்பாகச் செய்தவர்களில் பேரறிஞர் அண்ணா, டாக்டர் கலைஞர் மு.கருணாநிதி ஆகியோர் குறிப்பிடத்தக்கவர்கள். இவர்கள் கூடக் கக்கனை மேடைகளில் கடுமையாக விமர்சனம் செய்ததில்லை என்று பல காங்கிரஸ் தலைவர்கள் இன்றும் கூறுகின்றனர்.

1967 ஆம் ஆண்டு பொதுத்தேர்தலில் மதுரை மேலூர் தனித்தொகுதியில் கக்கன் போட்டியிட்டார். முதன் முதலாகத் திராவிட முன்னேற்றக்கழகம் கக்கனை எதிர்த்து வேட்பாளரை நிறுத்தியது. அதிலும் பல நேரங்களில், குறிப்பாகப் படித்துக் கொண்டிருக்கும் காலங்களில் கக்கனிடம் மிக அன்பாகப் பழகிப் பல உதவிகளைப் பெற்ற ஓ.பி.இராமன் அவர்களே எதிரணி வேட்பாளராக நின்றது பலரும் எதிர்பார்க்காத ஒன்று.

1967ஆம் ஆண்டு பிப்ரவரி பதினான்காம் நாள் நடந்த இப்பொதுத் தேர்தலில் தம்மை எதிர்த்துப் போட்டியிட்ட ஓ.பி.இராமனைக் காட்டிலும் 21,534 வாக்குகள் குறைவாகப் பெற்று வெற்றி வாய்ப்பை இழந்தார். இதுவே இவருக்குக் கிடைத்த முதல் அரசியல் தோல்வியாகும். ஆனால், மனம் கலங்கவில்லை. தேர்தல் முடிவு தெரிந்து, கண்கலங்கும் அனைவருக்கும் ஆறுதல் கூறினார். இவரை ஒத்த பல தலைவர்கள் தோல்வியைத் தழுவினர். தாமும் பிறத் தலைவர்களும் தோற்றுப் போனதில் மனம் கலங்காத கக்கன், காமராசர் தோற்றுப் போனார் என்ற செய்தி கிடைத்ததும் மனம் கலங்கிப்போனார்.

'தம் தலைவர் காமராசர் அவர் சொந்த ஊரிலேயே தேர்தலில் நின்று தோற்றுப்போனார் என்பதுதான் நம்பமுடியாத உண்மை' எனக் கக்கன் எண்ணியெண்ணி நொந்துபோனார்.

234 உறுப்பினர் கொண்ட சட்டப் பேரவையில் 49 சட்டப்பேரவை இடங்களே காங்கிரஸ் கட்சிக்குக் கிடைத்தன. 138 இடங்களை

வென்ற திராவிட முன்னேற்றக் கழகம் பேரறிஞர் அண்ணாவின் தலைமையில் ஆட்சியை அமைத்தது.

கக்கனின் வாழ்வில் அவருக்குக் கிடைத்த இந்த அரசியல் வீழ்ச்சிக்குப் பிறகு வெறுத்துப்போய் பொதுத்தொண்டிலிருந்து விலகி விடுவார் என்று பலரும் எதிர்பார்த்தனர். ஆனால் அவர்தம் பொதுத்தொண்டு என்ற பயணம் தளராமல் துவளாமல் தொடர்ந்தது.

28. நயவஞ்சகருடன்...

'நல்லவ்ரை மாய்க்கக் கெட்டவர் இருப்பார்
நாடாண்ட மன்னரைக் காடாளப் பிரிப்பார்'

என்ற 'பாவேந்தரின் வாக்கினைச் சிந்தையில் கொண்டு ஒரு வரலாற்றுச் செய்தியைச் சிந்திக்கலாம்.

கட்சியின் மூத்தத்தலைவர்கள் உட்பட அனைவரும் கக்கனின் உண்மைக்கும் நேர்மைக்கும் மரியாதை செலுத்தினர். குறிப்பாகக் காமராசர் காட்டிய அன்பும் மரியாதையும் அளவிட முடியாதவை. கக்கனைப் பல நிலைகளில் தலைமைப் பொறுப்பில் அமர்த்தி அழகுப்பார்த்தார் என்பது உலகறிந்த உண்மை. அப்படிக் கக்கனை மட்டும் உயர்த்தியது காங்கிரஸ் கட்சியிலிருந்த தாழ்த்தப்பட்ட இனத்தலைவர்களில் பலருக்குப் பிடிக்கவில்லை என்று கக்கனின் சகோதரர், அரசியல் நாகரீகம் கருதிப் பெயர்களைக் குறிப்பிடவில்லை என்றாலும், ஒன்றைக் குறிப்பிட்டே ஆகவேண்டும். தாழ்த்தப்பட்ட இனத்தைச் சார்ந்த சித்தூர் இராமலிங்கம் 1952ஆம் ஆண்டு முதல் சட்டமன்ற உறுப்பினராக வெற்றி பெற்றார். கல்வித் தகுதியில் முதுகலைப்பட்டமும், அரசியல் நடத்தத் தேவையான பொருளாதார வசதியும் பெற்றவர். இவ்வாறு அரசியல்வாதிக்கான முழுத்தகுதியும் வளமையும் பெற்ற ஒருவருக்கு முன்னுரிமை வழங்காமல் நேர்மைக்கு உறவினரான கக்கனுக்கு முன்னுரிமை வழங்கியது பலருக்குப் பிடிக்கவில்லை. இதன் தாக்கம் 1967ஆம் ஆண்டுத் தேர்தலில் வேட்பாளர் தெரிவு செய்யும்போதே வெளிப்படையாகத் தெரிந்ததாகக் கூறுகின்றனர்.

இதற்கு அடையாளமாக ஒன்றை மட்டும் எடுத்துக்காட்டுவது பொருத்தமானதாக இருக்கும். பழனி நாடாளுமன்ற அன்றைய உறுப்பினரும் அவரது தோழர்களும் 1967ஆம் ஆண்டுத் தேர்தலில் கக்கனுக்குத் தேர்தல் பணி செய்வது போல நாடகம் ஆடியதாகக் கூறுகின்றனர்.

தொகுதியின் வேட்பாளர் தேர்தல் அலுவலகம் வந்து, தேர்தல் பணிக்குச் செல்லும் மகிழுந்திற்குக் பெட்ரோல்(*Petrol*) போட்டுக் கொண்டு போவதும் ஒரு குறிப்பிட்ட எல்லையைத் தாண்டியதும் மகிழுந்தில் கட்டியிருக்கும் காங்கிரஸ் கொடியை அவிழ்த்து விட்டு எதிரணிக் கொடியைக் கட்டிக்கொண்டு செல்வதுமாக இருந்தார்களாம். இதைக் கண்ணுற்ற அவர்தம் தம்பி விஸ்வநாதன், பயணியர் விடுதியில் இருந்த தம் அண்ணனைச் சந்தித்து அவர் கண் முன் நடந்த முறைகேட்டை விளக்கிச் சொன்னாராம்.எல்லாவற்றையும் கேட்டுக் கொண்ட கக்கன் சினங்கொண்டு 'அந்த நண்பரையா அப்படிச் சொல்கிறாய், அவர் அப்படிச்செய்யும் ஆள் இல்லை, ஏதாவது புரளியைக் கிளப்பிக் குழப்பத்தை உண்டாக்க எண்ணுகிறாயா? என்று திட்டியதோடு 'என் தொகுதியை விட்டே போய்விடு' என்று கூறினாராம். கண்ணீர் கலங்க விடுதியை விட்டு வெளிவந்த விஸ்வநாதன் 'உப்புக்கல்லை வைரமென்று நினைக்கும் இவரிடம் கூறிப் பயனில்லை' என்று எண்ணிக் கொண்டு தம் தேர்தல் பணிகளைத் தொடர்ந்தார்.

இப்படி எல்லோரையும் நம்பும் தம் அண்ணனின் செயலை வெகுளித்தனம் என்பதா? நண்பர்களின் மீது அவர் கொண்ட நம்பிக்கையின் ஆழம் என்பதா? இப்படி ஏமாற்று வேலைகளைச் செய்யும் இவர்கள் நண்பர்களா? எதிரிகளா? என்ற கேள்விகளுக்கு விடை தெரியாமல் அதிர்ந்து போனதாகக் கூறுகிறார் விஸ்வநாதன்.

சிரித்துப் பேசி நடிப்பவர்களின் நட்பைக் காட்டிலும் பகைவர்களால் ஏற்படும் துன்பம் பத்துக்கோடி மடங்கு நன்மையைத் தரும் என்பதை

'நகைவகைய ராகிய நட்பின் பகைவரால்
பத்தடுத்த கோடி உறும்'

என்று வள்ளுவர் எத்தனை தொலைநோக்கோடு கூறியுள்ளார்.

வெளிப்படையாக எதிரே வரும் பகைவர்களைவிட உறவாடிக் கெடுக்க நினைப்பர்களிடம்தான் எச்சரிக்கையாக இருக்க வேண்டும் என்பதை

‘வாள்போல் பகைவரை அஞ்சற்க அஞ்சுக
கேள்போல் பகைவர் தொடர்பு’

என்று கூறும் வள்ளுவரின் வரிகள் கக்கனின் உள்ளத்தில் பதியவில்லை போலும்.

29. வீண்பழி சுமந்தார்

காமராசர் ஆட்சிக் காலத்தில் தமிழகத்தைக் கலக்கிய வழக்குகளில் 'இமானுவேல் கொலைவழக்கு' ஒன்றாகும். மிகப்பெரிய இனக்கலவரத்தால் தோன்றிய இவ்வழக்குத் தாழ்த்தப்பட்ட மற்றும் தேவர் இனமக்களுக்கிடையே உருவானதாகும். இந்தக் கலவரத்தின் போது தாழ்த்தப்பட்ட இனமக்களுக்குச் சாதகமாகக் கக்கன் நடந்து கொண்டார் என்று, வேண்டுமென்றே சிலர் குற்றம் சாட்டினர். மனத்துக்கண் மாசில்லாத கக்கன் மீது இப்படியொரு குற்றச்சாட்டா? நெருப்பைக் கறையான் அரிக்குமா?

இந்த இடத்தில் ஓர் உண்மை நிகழ்ச்சியைக் குறிப்பிடுவது மிகவும் பொருந்தும். கக்கனின் மிக நெருங்கிய உறவினர் ஒருவர் அரசு அதிகாரியாக இருந்து வந்தார். ஏதோ நடைமுறைக் குற்றங்களுக்காகத் தாம் பெற்ற பணி இடைநீக்க ஆணையை நீக்க உதவுமாறு, அந்த அதிகாரி வேண்டிக் கொண்டார். 'தவறு செய்தவன் தண்டிக்கப்பட வேண்டும். அதற்காகத்தான் அரசும் செயற்படுகிறது' என்று கூறியதோடு தன் வீட்டை விட்டே வெளியே போகும்படி அவரிடம் சொல்லிவிட்டார். இதனை நேரில் கண்ட கக்கனின் சகோதரர் திரு.முன்னோடி அதற்காக அன்று மிகவும் வருந்தினார். ஆனால், இன்று தம் அண்ணனின் கடமையுணர்வைச் சொல்லிச் சொல்லிப் பூரித்துப்போகிறார்.

இவ்வாறு தம் கடமையை எந்நிலையிலும் பிறழாது உறவினராயினும் நண்பராயினும் தம் அதிகாரத்தைத் தவறாகப் பயன்படுத்தாத பாங்குடைய கக்கன், ஓர் இனத்தாருக்குச் சாதகமாக நடந்து கொண்டார் என்பதை நம்பமுடியவில்லை. இங்கு இன்னொரு செய்தியையும் குறிப்பிட்டாக வேண்டும்.

இம்மானுவேல் கொலைவழக்கு என்பது தமிழகமெங்கும் பரவலாகப் பேசப்பட்ட இனக்கலவரங்களிலொன்று. அந்தக் கலவரங்கள் தொடர்பாகப் பசும்பொன் முத்துராமலிங்கத்தேவர் அவர்களைச் சந்திக்க கக்கன் திட்டமிட்டார். சமுதாய ஒற்றுமை

உணர்வும் மக்கள் விடுதலையுணர்வும் கொண்ட அவரால் தான், மக்களை அமைதிப்படுத்த இயலும் என்று எண்ணினார். ஆனால், காவல்துறையின் உளவுப்பிரிவு அவரைத் தடுத்து கலவரம் சற்றுக் குறைந்ததும் போகலாம் என்று அறிவுரை வழங்கியது. 'திரு.முத்துராமலிங்கத்தேவர் இருக்கும் வரை எனக்கு அச்சமில்லை, கலவரத்தைக் குறைக்கவே நான் போக விரும்புகிறேன். கலவரம் முடிந்தபிறகு நான் அங்குச் செல்ல வேண்டிய தேவைஇல்லையே' என்று கூறித் தம் பயணத்தை உடனே தொடங்கினார். காவல்துறையினர் மறுத்தனர்என்றாலும் தம்பயணத்தைத் தொடர்ந்தார்; பசும்பொன் முத்துராமலிங்கத் தேவர் அவர்களைச் சந்தித்தார்.

பண்பாளரான முத்துராமலிங்கத் தேவர் அவர்கள் கக்கனை, மிகவும் அன்புடன் வரவேற்று உபசரித்தார். இவர்கள் இருவரும் கலந்துபேசி நல்லமுடிவுக்கு வந்தனர். அதன் வெளிப்பாடாக இருவரும் சேர்ந்து அறிக்கையொன்றை வெளியிட்டனர். அதன் பின்னரே அந்தக் கலவரம் நின்றது. அதற்குப்பின் இராமநாதபுரம் கீழ்த்துவல் என்ற ஊரில் நடந்த இனக்கலவரத்தைக் கட்டுப்படுத்தக் காவல்துறை துப்பாக்கிச்சூடு நடத்தியது. அதில் பாதிக்கப்பட்ட மக்கள் அனைவருக்கும் காங்கிரஸ் கட்சியின் மீது வெறுப்புப் படர்ந்தது. கூடவே அன்று காவல்துறை அமைச்சராக இருந்த கக்கன் இந்தப் பழியையும் ஏற்க வேண்டியதாயிற்று.

இவ்வாறு தமது நிலையையுணர்ந்து நடந்து கொண்டிருந்தாலும் தமக்குச் சமுதாயம் வழங்கிய கடமைகளை விருப்பு வெறுப்பின்றிச் செய்திருந்தாலும், மறைமுகமான பழி இவர்மீது வளர்ந்திருந்தது என்பதைக் கக்கனின் நெருங்கிய வட்டாரங்கள் ஒப்புக்கொள்கின்றன.

30. வளர்ச்சிப் பணியே இவருக்குத் தளர்ச்சியானது

ஒவ்வொரு அமைச்சரும், சட்டமன்ற உறுப்பினரும், தத்தமது தொகுதிகளுக்கான வளர்ச்சிப் பணிகளைச் செய்வது போல் கக்கனும் செய்ய நினைத்தார். அவர் செய்த வளர்ச்சிப்பணிகள் எண்ணிலடங்கா. அவற்றுள் ஒன்றை இங்குக் குறிப்பிடுதல் பொருத்தமானது. விடுதலைக்குப்பின் மதுரை மாவட்டத்தில் ஏற்பட்ட எத்தனையோ வளர்ச்சிப்பணிகளில் இன்றும் தலையோங்கி நிற்பது மதுரை வேளாண்மைக் கல்லூரியாகும். பொதுமக்களின் வேண்டுகோளுக்கிணங்க நாட்டின் எதிர்கால வளர்ச்சிக்கு அக்கல்லூரி தொடங்க, அரசிடமிருந்து பெற்ற ஒப்புதல் மட்டுமே போதாது. அதற்குத் தேவையான 300 ஏக்கர் நிலம் கையகப்படுத்தியாக வேண்டும் என்ற நிலைவந்தது. அதன் பின்னர்தான் முறையாகக் கல்லூரி தொடங்க முடியும் என்ற சூழலில், தனியாரிடம் இருக்கும் குறிப்பிட்ட நிலங்களைக் கையகப்படுத்தும் ஆணை வெளியிடப்பட்டது. அப்பணியினை அன்றைய தமிழக முதல்வர் காமராசர் கக்கனிடம் ஒப்படைத்தார். அந்த மாவட்டச் சட்டமன்ற உறுப்பினர் என்ற முறையிலும் அமைச்சர் என்ற நிலையிலும் அப்பொறுப்பை ஏற்றுக் கொண்டார்.

குறிப்பிட்ட அந்த இடத்தில் இருக்கும் நிலங்கள் அனைத்தும் தேவர் இன மக்களுடையது. பலர் இந்தக் கையகப்படுத்தும் செயலுக்கு எதிர்ப்புத் தெரிவித்தனர். அதனால், கக்கன் அனைத்து நில உடைமையாளர்களையும் நேரில் சந்தித்து, கலந்து பேசி, அவர்களைச் சமாதானப்படுத்தினார். நிலங்களும் கையகப்படுத்தப்பட்டுக் கல்லூரியும் தொடங்கி, மதுரை மாவட்ட உயர்விற்குப் படிக்கல்லாக விளங்கி வருகிறது. பல்லாயிரம் வேளாண் திறனாளர் உருவாகிப் பசுமைப்புரட்சிக்கு வித்திட்ட தன்மையை இன்றும் பாராட்டி மகிழுகின்றோம்.

ஆனால், வேண்டுமென்றே அந்தக் குறிப்பிட்ட இடத்தைத் தெரிவு செய்து, தேவர் இனமக்களிடம் இருக்கும் நிலங்களைப்

பிடுங்க வேண்டும் என்ற உள்நோக்குடன் கக்கன் செயல்பட்டார் என்ற குற்றச்சாட்டு எழுந்ததாகத் தெரிகிறது.

இங்கு இன்னொரு உண்மையைக் குறிப்பிட்டால் கக்கனின் நல்லுள்ளத்தை மேலும் புரிந்து கொள்ள முடியும்.

குறிப்பிட்டுச் சொல்லும் அளவிற்கு முன்னோர்வழி நிலங்கள் கக்கனுக்கு இல்லை. விடுதலை வீரர்களுக்கென்று கொடுக்கப்பட்ட கொஞ்சம் நிலம் தனியாமங்கலம் என்ற கிராமத்தில் இருந்தது. நிலமில்லாத ஏழைகளுக்கு நிலம் வழங்க வினோபாவால் தொடங்கப்பட்ட நிலக்கொடை இயக்கம் விறுவிறுப்பாக நடந்து கொண்டிருந்தது. தமிழகத்தில் பலர் தாமாகவே முன்வந்து நிலங்களைக் கொடையாகக் கொடுத்தனர். அவ்வாறு கொடுத்தவர்களுள் கக்கனும் ஒருவர்.

அதிக நிலம் உள்ளவர்கள் நிலக்கொடை வழங்குவதென்பது கொடையாளிகளுக்குப் பாதிப்பு எதையும் ஏற்படுத்தாது. ஆனால், தமக்கு இருக்கும் கொஞ்ச நிலத்தையும் கொடையாகக் கொடுப்பதற்கு எவ்வளவு பெரிய கொடையுள்ளமும் ஈகை எண்ணமும் கக்கன் பெற்றிருக்க வேண்டும். இது அவர்தம் கொடை நெஞ்சத்தின் பரப்பை நன்கு விளக்குகிறது அல்லவா!.

வினோபாஅடிகள் ஆந்திர மாநிலத்தில் சீதாராமரெட்டி வழங்கிய 250 ஏக்கர் நிலத்தைவிடத் தமக்குரிய முழு உரிமையான 3.4 ஏக்கர் நிலம் வழங்கிய ஒரு பாட்டியைப் பாராட்டியதை இங்கு நினைத்துப் பார்க்க வேண்டும். ஏனெனில், சீதாராமரெட்டி வழங்கிய 250ஏக்கர் அவரிடம் இருந்த நிலங்களில் ஐந்தில் ஒரு பங்கு என்பது எண்ணிப் பார்க்கத்தக்கது.

அவ்வாறு தமக்கு இருக்கும் கொஞ்ச நிலத்தையும் பகிர்ந்தளிக்கும் கொடையுள்ளம் கொண்ட கக்கன் வேண்டுமென்றே தேவர் இனமக்களின் நிலங்களைக் கையகப்படுத்தினார் என்று கூறுவது ஏற்றுக்கொள்ள முடியாத வாதம் என்றாலும் பொதுநலன் கருதி நாட்டின் வளர்ச்சி கருதிச் செய்த செயலுக்குப் பழி சுமத்தப்பட்டதை என்னவென்று சொல்வது. இவ்வாறு பழி சுமத்துகிறார்கள் என்பதை அறிந்தும்

> ‘துன்பம் உறவரினும் செய்க துணிவாற்றி
> இன்பம் பயக்கும் வினை’

என்ற வள்ளுவரின் வாக்கினை உணர்ந்து தமக்குப் பழிவந்தாலும் பரவாயில்லை, என்றைக்கும் பயன் தரும் கல்லூரியைத் தொடங்கும் நல்வினையையே செய்வோம் எனத் துணிந்து கக்கன் செயல்பட்டிருக்கிறார் என்றே எண்ணத் தோன்றுகிறது.

எனவே, இவர்தம் அரசியல் வீழ்ச்சிக்கு 1967ஆம் ஆண்டுவரை மக்களின் எதிர்ப்பார்ப்பை அளவிட்டுணராமல் காங்கிரஸ் ஆட்சி நடந்து கொண்ட விதம், இந்தி எதிர்ப்பினால் வந்த பகை ஆகியவற்றைக் காரணம் என்று சொல்ல முடியாது. ஏனென்றால், மேற்சொன்ன எதிர்ப்புகளுக்கிடையேயும் 49 உறுப்பினர்கள் வெற்றி பெற்றிருக்கிறார்கள். அவ்வாறு வெற்றி பெற்ற உறுப்பினர்களைவிடப் பொதுத் தொண்டிலும் தன்னலமின்மையிலும் கக்கன் எந்த விதத்திலும் குறைந்தவரல்லர். எதிரணியினர் வீசிய எவ்வித ஊழல் குற்றச்சாட்டும் இவரைத் தாக்கியதாகத் தெரியவில்லை. ஆனாலும், கக்கன் தோற்றுப்போனார்.

ஆகவே இவரோடு இணக்கமாக நடந்து கொண்டவர்கள் செய்த வஞ்சகச் சூழ்ச்சியுடன், தேவையற்ற இனப்பாகுப்பாட்டைத் தூண்டும் பழிகள் இவர் மீது தானே வந்து சூழ்ந்ததும், தொகுதி வளர்ச்சிப் பணிகள் என்று எண்ணிச் செய்த செயல்கள் அனைத்தும், தொகுதியிலும் சிறந்து விளங்கும் பலரை இன்னலுக்கு உள்ளாக்கியதாகக் கருதியதும் தோல்விக்கான காரணங்களாக அமைகின்றன.

தமக்கு வேண்டுவதெல்லாம் மக்களின் ஆதரவு, ‘மக்களின் நலன் மட்டுமே தமது நலன்’ என்ற அளவில் தொண்டு செய்த கக்கனுக்கு மக்களின் ஆதரவு இல்லாமல் போய்விட்டது. ‘மக்களுக்காகவே வாழ்ந்தவர்களுக்குக் கூட மக்களின் ஆதரவு இல்லை’ என்று கக்கன் மேடைகளில் பேசியிருக்கிறார்.

‘பொருளாதாரத்தைப்பற்றியும் பணத்தைப்பற்றியும் அதிகமாகச் சிந்தித்து எழுதி வந்த எனக்கு அந்தப் பொருளாதாரமும் பணமும் இல்லாமல் போய்விட்டது’ என்று காரல் மார்க்ஸ் தாம் எழுதிய ‘தி கேப்பிட்டல்’ என்ற நூலின் இறுதியில் குறிப்பிட்டிருப்பதை இங்கு ஒப்பு நோக்கலாம்.

31. மக்கள் தீர்ப்பை மதித்தார்

மக்கள் தீர்ப்பினை மதித்து நடக்க வேண்டும் என்ற கொள்கையுடைய கக்கன் தாம் தோல்வியடைந்ததாக என்றுமே எண்ணவில்லை. 'இந்த நாட்டை ஆள மக்கள் நம்மை அனுமதிக்கவில்லை. யார் அவர்களை ஆள வேண்டும் என்று எண்ணினார்களோ அவர்களை அனுமதித்திருக்கிறார்கள்' என்றே சொல்லிவந்தார். அரசியல் பதவிகள் என்பது மக்களால் வழங்கப்படுகிற ஒன்று. நேற்று நமக்கு வழங்கி இருந்தார்கள் இன்று வேறொருவருக்கு வழங்கியுள்ளார்கள் என்றளவிற்கு மக்களாட்சிக் கோட்பாட்டைத் தலைவணங்கி ஏற்றுக் கொண்டிருந்தார்.

ஆட்சியிலிருந்த போது பத்தாண்டுக் காலம் வாழ்ந்த அரசு மாளிகை இல்லை; தமக்கென்று சொந்தக் குடிசை இல்லை; எண்ணியபோதெல்லாம் எடுத்துக் கொண்டு போக மகிழுந்து இல்லை; பார்வைபடுமிடமெல்லாம் பணிசெய்யப் பார்த்துக் கொண்டிருந்த பணியாளர்கள் இல்லை; பதவியில் இருந்தபோது சுற்றிச் சுற்றி வந்த எவரையும் காணவில்லை. ஆனால், எதற்கும் சலனமடையாத உள்ளமும், அவ்வுள்ளம் அமைத்துக் கொண்ட எளிமையும், நேர்மையும் துணைக்கு இருந்தன. அதனால், இல்லாததை எண்ணி மனம் தளராமல் இருப்பதைக் கொண்டு மகிழ்ந்தார்.

அரசு நடைமுறையில் குறிக்கப்பட்டிருந்த கால இடைவெளிக்குள் மாளிகையைக் காலிசெய்து வாடகை வீட்டிற்குச் சென்றார். மகிழுந்து இல்லையே என்று மனம் கலங்கி வீட்டிற்குள் முடங்கிக் கிடக்காமல் ஒரு சாதாரணக் குடிமகனாகப் பேருந்தில் பயணம் செய்தார். அப்பயணத்தின்போது இவரை அடையாளம் கண்டுகொண்டு பிறர் இடங்கொடுத்தும் ஏற்றுக்கொள்ளாமல் மக்களோடு மக்களாகவே நின்று கொண்டு பயணம் மேற்கொண்டார். பதவியில் இருக்கும்போதே தமது பணிகளைத் தாமே செய்துகொள்ளும் பழக்கமிருந்ததால் பணியாளர்கள் இல்லை என்ற எண்ணமோ. அவ்வாறு பணி செய்ய ஆள் வேண்டும் என்ற மனமோ இல்லாமல் இருந்தார்.

இவர் பேருந்திற்குக் காத்திருப்பதையும் பேருந்தில் பயணம் செய்வதையும் செய்தித்தாள்கள் வெளியிட்டன. அதைக் கண்ட கக்கன், 'எனது தகுதிக்கு என்னால் என்ன செய்துக்கொள்ள முடியுமோ அதைச் செய்து கொள்கிறேன். அதில்தான் எனக்கு மகிழ்ச்சி' எனக் கூறிக் கொண்டார். 'ஓடும் செம்பொன்றும் ஒக்கவே நோக்குவார்' என்ற சமயக் கோட்பாடு இவருக்கு உரிமையானதைக் காணலாம்.

ஓர் இந்தியக் குடிமகன் அதிலும் பொது வாழ்வில் ஈடுபடுபவன் எவ்வாறு இருக்க வேண்டும் என்று வாழ்ந்து காட்டினார் கக்கன் என்று பலர் புகழ்ந்தாலும் அவர் பெற்ற இன்னல்களைத் துடைக்க உதவிக்கரம் நீட்டியவர்கள் மிகக் குறைவு. பதவியில் இருந்த காலத்தில் பயன் பெற்ற பலர் பாராமுகமாக இருந்தார்கள். 'ஈ என இரத்தல் இழிந்தன்று' என்பதை உணர்ந்த கக்கன் எவரிடமும் எந்த உதவியையும் கேட்டுப் பெற்றதில்லை.

பதவியை இழந்து, அதில் கிடைத்த மாதச் சம்பளத்தை இழந்து, வருவாய் இல்லாமல் வாழ்ந்ததில் அவர் பெற்ற இன்னல்களை அவர்தம் உள்ளம் மட்டுமே உணரும், 'தோழனோடும் ஏழைமை பேசேல்' என்பதல்லவா தமிழ்ப் பழமொழி.

இந்நிலையிலும் தளரா மனமுடன், அன்றாடம் கட்சி அலுவலகம் சென்று கட்சிப்பணிகளைக் கவனித்து, அது தொடர்பாகத் தலைவர்களைச் சந்தித்து, கட்சியின் எதிர்கால வளர்ச்சிக்குப் பணியாற்றினார்.

32. கடைசிவரை காமராசரே தலைவர்

இந்திய அரசியல் வரலாற்றில் 1969ஆம் ஆண்டு மிகவும் குறிப்பிடத்தக்க ஆண்டு எனச் சொல்ல வேண்டும். நூற்றாண்டு காணப்போகும் காங்கிரஸ் கட்சியில் இந்த ஆண்டில் தான் பிளவு ஏற்பட்டது. இந்தியக் குடியரசுத்தலைவர் தேர்தலில் காங்கிரஸ் கட்சி, நீலம் சஞ்சவிரெட்டியை வேட்பாளராக அறிவித்தது. இந்தியத் தலைமை அமைச்சர் இந்திராகாந்தி கட்சியின் முடிவை எதிர்த்து வி.வி.கிரியை வேட்பாளராக அறிவித்தார். கட்சியின் தலைமைப் பொறுப்பில் இருந்த காமராசர் போட்டியைத் தவிர்க்க முயன்றார். ஆனால், முடியவில்லை. 'தலைமை அமைச்சர் கொடுத்த ஆணைப்படியே நாடாளுமன்ற உறுப்பினர்கள் வாக்களித்தனர். அவரவர் மனச்சாட்சிப்படியே வாக்களிக்கச் சொல்லிவிட்டேன்' என்று அறிக்கை வெளியிட்டிருந்தாலும், தலைமை அமைச்சர் இந்திரா காந்தியின் வேட்பாளரான வி.வி.கிரி வெற்றி பெற்றார்.

கட்சிக்கு எதிரான நடவடிக்கைகளில் ஈடுபட்டதாக இந்திராகாந்தியின் மீது குற்றம்சாட்டிக் கட்சியின் மேலிடம் நடவடிக்கையைத் தொடங்கியது. இதன் பின்னணியில் காங்கிரஸ் பிளவுபட்டது.

இந்திராகாந்தியால் பழைமைவாதிகள் என்று விமர்சிக்கப்பட்ட கட்சிச் செயற்குழு முழுவதும் 'காங்கிரஸ் 'ஓ' என்றும் இந்திராகாந்தியைத் தலைவராகக் கொண்டு இயங்கிய அணிக்குக் 'காங்கிரஸ் 'ஐ' என்றும் பெயரிடப்பட்டுத் தனித்தனியாக இயங்கத் தொடங்கின. காமராசரை என்றென்றும் தமது தலைவராகக் கொண்ட கக்கன், காமராசர் அணியிலேயே நின்று காமராசரின் கரங்களை வலுப்படுத்தினார். கட்சியின் தலைமை இட்ட ஆணைக்குக் கட்டுப்பட்டு நடந்தார். காமராசர் தலைமைதான், கட்சியின் வளர்ச்சிக்கும், நாட்டின் நலனுக்கும் நல்லது என்று எண்ணினார். காமராசர் தலைமையில் இயங்கிய காங்கிரஸ் 'ஓ' என்ற அமைப்பில் பொறுப்பேற்றுக் காமராசருக்குத் துணைநின்றார்.

33. பதவி மயக்கமில்லை

'கள்வெறி, சாராய வெறியைவிடப் பதவி வெறி மிகப் பெரியது' என்று பகடியாகச் சொல்வதுண்டு. எனவே பதவி வெறியும் அதனால் பெறும் மயக்கமும் மனிதனை எளிதில் அடிமையாக்கி விடுகிறது.

பதவி மயக்கம் என்பது இன்று மனிதனைப் பிடித்திருக்கும் நீங்கா நோயாகவே தெரிகிறது. நேற்று வரை மக்களோடு மக்களாக இருந்த ஒருவன், ஒரு சிறிய அரசு பதவி கிடைத்ததும் தன்னை மாற்றிக் கொள்கிறான். அதிலும் அரசியல் செல்வாக்கால் பெறுகிற பதவி என்றால் சொல்லவே வேண்டாம். அத்துணை அளவிற்குப் பிற மக்களிடமிருந்து தன்னைத் தனிமைப்படுத்திக் கொள்கிறான். இஃது இன்றைய மக்கள் மத்தியில் நிலவுகின்ற பொதுவான செய்தியாகும். பிறர் உயர்வாக எண்ணி மதிக்க வேண்டும் என்பதற்காகவே திட்டமிட்டு ஆடம்பரமாக நடந்து காட்டுகிறான். தான் வந்த பாதையைத் திரும்பிப் பார்ப்பதில்லை என்பதும் பலர் ஒப்புக்கொள்கிற செய்திதான். ஆனால், இந்தப் பொதுவான செய்திகளைக் கக்கனின் வாழ்க்கை வரலாற்றோடு ஒப்பிட்டுப் பார்த்தால் தான், பத்தரைமாற்று அரசியல் தங்கமாக மிளிர்ந்த கக்கனுக்கும், அரசியல் என்ற பெயரால் ஆடம்பரம் என்ற சகதியைச் சுமக்கும் மனித வடிவான உயிர்களுக்கும் இருக்கும் வேறுபாடு தெரியும்.

ஒருமுறை எவ்வித முன்னறிவிப்புமின்றிக் கக்கன் மதுரை மாநகருக்கு வந்தார். அன்று அவர் மாநிலப் பொதுப்பணித்துறை அமைச்சர். எப்போதும் சென்று தங்குவது போல் அரசு பயணியர் மாளிகைக்குப் போகச் சொன்னார். அப்போது இரவு பத்து மணி. அந்தப் பயணியர் மாளிகையில் வேறு யாரோ தங்கி இருக்கிறார்கள் என்று காவலர் சொன்னதும் அதிகாரிகள் அதிர்ந்து போயினர். என்றாலும், அதிகாரிகள் 'தனியார் விடுதியில் அறை ஏற்பாடு செய்துள்ளோம். அங்கு போகலாம்' என்று கூறிச் சமாளித்தனர். விடுதிக் கண்காணிப்பாளரோ, 'இங்குத் தங்கி இருப்பவரைக் காலி

செய்துவிடச் சொல்லுகிறேன்' என்று விரைந்தார். காரணம் அது ஒதுக்கி வைக்கப்பட வேண்டிய அறை. உடனே அந்தக் காவலரை அழைத்த கக்கன் 'அவரைத் தொந்தரவு செய்ய வேண்டாம், அரசு வழங்கும் அதிகார நடைமுறைப் (Protocol) படி அமைச்சருக்குத் தான் முதன்மை எனினும் அவரும் நம்மைப் போல் மனிதர்தானே?' என்று கூறிவிட்டுக் காரில் ஏறினார். 'தனியார் விடுதிக்குப் போகலாமா?' என்று அதிகாரி கேட்டதும் 'வேண்டா, எனது தம்பி முன்னோடி வீடு தொடர் வண்டிக் குடியிருப்பில் (இரயில்வே காலனி) இருக்கிறது. அங்கே போகலாம்' என்று கூறிய அவர்தம்பி வீட்டில் சென்று தங்கினார். ஒரே அறையையுடைய அந்த வீட்டில் மகிழ்வுடன் தங்கி இருந்தார்.

இதுவொரு பெரிய செய்தியில்லை என்றாலும், ஒன்றை இங்குச் சிந்திக்க வேண்டும். அரசு பயணியர் மாளிகையில் அமைச்சருக்குத்தான் முன்னுரிமை. அங்கு தங்கும் வாய்ப்பு இல்லையென்றால் தனியார் விடுதியில் தங்கலாம். இதை எவரும் குறை கூறப்போவதில்லை. இருந்தாலும், தனியார் விடுதியில் தங்குவது ஆடம்பரமான ஒன்று என எண்ணினார். தமக்குச் சொந்தத் தம்பியின் இல்லம் இருக்கிறபோது ஏன் விடுதியில் தங்க வேண்டும்? பதவியில் இருக்கும் போது ஆடம்பரமாக வாழ்வதும் பதவி இழந்ததும் சாதாரண நடைமுறை வாழ்க்கைக்கு வந்து விடுவதும் அவர் விரும்பாத ஒன்று என்றும் ஒரே நிலையில் வாழ்வதே வாழ்க்கை, பதவிக்காக வாழ்வது வாழ்க்கை இல்லை என்ற நம்பிக்கையும் கொண்டிருந்தார். பதவி மயக்கத்தில் தகுதிக்கும் வருவாய்க்கும் மீறிய எதையும் செய்யாமல் வாழ்நாள் முழுவதும் தமக்கென்று வடிவமைத்துக் கொண்டு நிதானமான பாதையில் நடந்தார்.

இங்கு இன்னொரு செய்தியையும் குறிப்பிட்டால் பொருத்தமாக இருக்கும். அவர் நாடாளுமன்ற உறுப்பினராக இருக்கும்போது தம் மனைவி சொர்ணம்பார்வதி அவர்களைத் தொடக்கப்பள்ளி ஆசிரியையாகப் பணியாற்ற அனுமதித்தார்.

அரசியல் ஆடம்பரங்களால் தமக்குத் தனியொரு வண்ணத்தைப் பூசிக் கொள்ளும் சமுதாயத்திற்கு முன் இவர், தம் மனைவியை வேலைக்கு அனுப்பி இருந்தார்.

அரசியலால் வாழ்வு பெற்றவர்கள் இன்று எதையெல்லாம் மிக உயர்ந்த மரியாதையாகக் கருதுகிறார்களோ அதையெல்லாம் மிகச் சாதாரணமாக இவர் கருதினார்.

34. அமைச்சர் வீட்டின் வேலையாளா? அரசு ஊழியரா?

ஏதோ ஒரு நிகழ்ச்சிக்குச் சென்று கக்கன் வீடு திரும்புகிறார். மகிழுந்து அவர்தம் வீட்டின் மதில் சுவர் கதவுகளைத் தாண்டும் போது தம் பணியாளர் ஒருவர் மண்ணெண்ணெய் வாங்கிக் கொண்டு வீட்டிற்கு வருவதைப் பார்த்து விட்டு, ஓட்டுநரிடம் வண்டியை நிறுத்தச் சொன்னார். மண்ணெண்ணெய் எடுத்துச், செல்லும் அந்தப் பணியாளரை அழைத்து 'இது யாருக்கு?' என்று கேட்டார். 'நம்ம வீட்டிற்குத்தான்' என்றவுடன் 'யார் வாங்கி வரச் சொன்னது?' என்றார் கக்கன். ' அம்மாதான் வாங்கி வரச் சொன்னார்கள்' என்று அந்தப் பணியாளர் சொன்னதும் கக்கன் முகம் கோபத்தால் வெளிர்ந்தது. உடனே ஓட்டுநரை விட்டு தம் மனைவியை அழைத்து வரச் சொன்னார். இதற்கிடையில் இந்த மண்ணெண்ணெய்ப் பாத்திரத்தை மதிற்சுவருக்கு வெளியே வைக்க சொன்னார். தயங்கிய பணியாளருக்கு நல்ல திட்டு கிடைத்தது. வேறு வழியின்றி அப்பணியாளரும் அந்த மண்ணெண்ணெய்ப் பாத்திரத்தை மதிலுக்கு வெளியே சாலையில் வைத்தார். இவரைப் பார்க்க வீட்டிற்கு வந்த பார்வையாளர்கள், காவலர்கள் அனைவரும் இதைப் பார்த்துக் கொண்டு இருந்தனர்.

தமது மனைவி வந்ததும் அந்தப் பணியாளரைக் காட்டி 'இவர் யார் தெரியுமா? அரசு ஊழியர், உனக்கு ஊழியம் செய்பவர் அல்ல' என்று தொடங்கித் திட்ட வேண்டியதெல்லாம் திட்டி முடித்தார். பலர் முன்னிலையில் இவ்வாறு நடந்து கொண்டதால் கக்கனின் மனைவி கண்ணீர் மல்க நின்று கொண்டிருந்தார். 'அதோ ரோட்டில் உனது மண்ணெண்ணெய் இருக்கிறது, எடுத்துக் கொண்டு போ, இனி அரசுப் பணியாளர்களை உனது சொந்த வேலைக்குப் பயன்படுத்தாதே' என்று ஆணையிட்டார். அந்த அம்மையாரும் அதனை எடுத்துக் கொண்டு வீட்டிற்குச் சென்றார். அதுவரை, அங்கேயே நின்றுவிட்டுப் பிறகுதான் வீட்டிற்குள் வந்தார் கக்கன். இதைக் கண்ணுற்ற பணியாளர்கள்

முதல் பார்வையாளர்கள் வரை மௌனமாக அழாமல் அழுதனர். இதனைக் கண்ணுற்ற கக்கனின் தம்பி விஸ்வநாத கக்கனும் அன்று நடந்ததை இன்றும் நினைவு கூர்கிறார். அரசுப் பணியாளர்கள் அரசுப்பணியை மட்டுமே செய்ய வேண்டும் என்றிருந்தால் இந்த நாடு எவ்வளவோ வளர்ந்திருக்கும் என்று எண்ணும் உள்ளம் மக்களிடையே வளர்ந்திருந்தாலும் உண்மையாக நடக்கும் அத்திப்பூக்களில் கக்கனும் ஒருவர்.

35. எளிமையின் சின்னம்

ஒருமுறை புதுக்கோட்டை மாவட்டத்தில் கக்கன் சுற்றுப் பயணம் செய்து கொண்டிருந்தார். சுற்றுப்பயண நாள்களைக் கணக்கிட்டு உடைகளை எடுத்துச் செல்வது வழக்கம். ஒரு குறிப்பிட்ட நாளில் சுற்றுப்பயணம் முடிந்து வீட்டிற்குத் திரும்ப வேண்டும். அன்று உடுத்த வேண்டிய வேட்டியை எடுத்து உடுத்திக் கொள்ள முற்பட்டார். கட்டிக் கொள்ள முடியாத அளவிற்குக் கிழிந்திருந்ததைக் கண்டு மனம் சலனம் அடையவில்லை. உடனே அழுக்காயிருந்த ஒரு வேட்டியை எடுத்துச் சோப்புப் போட்டுத் துவைத்துக் கொண்டிருந்தார்.

குளியலறைக்குள் சென்ற அமைச்சரை வெளியில் நீண்ட நேரமாகக் காணோமே என்று காவலர்கள் கதவைத் தட்டினர். அமைச்சர் துணி துவைப்பதைக் கண்டு அதிர்ந்து போயினர். அமைச்சரின் இந்த நிலை தெரிந்திருந்தால் பணியாளரே துவைத்துக் கொடுத்திருப்பார். அல்லது அதிகாரிகளே ஒரு புதுவேட்டியை வாங்கிக் கொடுத்திருப்பார்கள். ஆனால், தாமே துவைத்து வெயிலில் உலர்த்திக் கொண்டு நின்ற அமைச்சரைப் பார்த்து அதிகாரிகள் உட்பட அனைவரும் அதிர்ச்சியுடன் புன்னகைத்தனர். கக்கனோ அமைச்சராக இல்லாமல் கக்கன் என்ற தனிமனிதனாக நின்று புன்னகைத்தார். அந்த வேட்டி உலர்ந்த பின் உடுத்திக் கொண்டு சுற்றுப்பயணத்தைத் தொடர்ந்தார். அந்நாளைய செய்தித்தாள்கள் இச்செய்தியை வெளியிட்டுள்ளன.

36. ஏழைகளுக்கே வழங்க வேண்டும்

கக்கனின் தம்பி பூ.விஸ்வநாதன் பட்டப்படிப்பை முடித்து விட்டு வேலை தேடும் முகத்தான் தம் அண்ணன் வீட்டில் தங்கி இருந்தார். தாழ்த்தப்பட்டோர் நலத்துறை அமைச்சர் கக்கன் என்பதால் அத்துறையின் இயக்குநரான திரு.முத்திருளாண்டி அடிக்கடி அமைச்சர் வீட்டிற்கு வந்து போனார். அப்படி வரும்போதெல்லாம் விஸ்வநாதனைச் சந்தித்துப் பேசுவதுண்டு, விஸ்வநாதன் வேலை இல்லாமல் இருப்பதை உணர்ந்து அவரிடம் மிகவும் பரிவு கொண்டார். அதன் வெளிப்பாடாக விஸ்வநாதனை அலுவலகம் வரச் சொன்னார். அதுபோலவே அலுவலகத்தில் சந்தித்த விஸ்வநாதனிடம் 'நான் உனக்கு வேலை போட்டுக் கொடுக்க முடியாது; ஆனால் என் அதிகாரத்திற்கு உட்பட்ட ஒன்றைச் செய்கிறேன்' என்று கூறி, லயோலா கல்லூரிக்கு அருகில் ஒரு முழுமனையை ஒதுக்கீடு செய்து ஆணையையும் கையில் கொடுத்து வாழ்த்தி அனுப்பினார். அந்த இயக்குநரின் பரந்த உள்ளத்தை நினைந்து மகிழ்ந்தார் விஸ்வநாதன்.

கொஞ்சநாள் கழித்து அமைச்சர் கக்கனைச் சந்தித்த அந்த அதிகாரி விஸ்வநாதனுக்குத் தான் செய்த உதவியை மனதாரச் சொல்லி மகிழ்ந்தார். அனைத்துச் செய்திகளையும் புன்னகையோடு கேட்டுக் கொண்ட கக்கன் தம் தம்பி விஸ்வநாதனை ஆள்விட்டு அழைத்து வரச் சொன்னார். ஏதோ செய்திக்காக அழைத்திருக்கிறார் என்று எண்ணி அண்ணனிடம் ஓடிப்போய் நின்றார். அந்த இயக்குநர் சொன்ன செய்திகள் முழுவதையும் கேட்டறிந்தார். விஸ்வநாதனும் உண்மையைச் சொன்னார். அதன்பின் அந்த ஒதுக்கீட்டு ஆணையை எடுத்துக் கொண்டு வரச் சொன்னார். அண்ணன் இவ்வளவு ஆவலாகக் கேட்கிறாரே என்று எண்ணி அந்த ஆணையைக் கொண்டு போய் நீட்டினார். கையில் வாங்கிய அந்த ஆணையைச் சுக்கு நூறாகக் கிழித்தெறிந்தார். விஸ்வநாதனுக்கு ஒதுக்கீடு செய்த மனையை இலதாக்கும்படி (ரத்து) அந்த அதிகாரிக்கு ஆணையிட்டார்.

‘மந்திரியின் தம்பி என்ற முறையில் நீ ஒதுக்கீடு பெற்றதும் தவறு, அவ்வாறு ஒதுக்கீடு செய்த அந்த அதிகாரி செய்ததும் தவறு. எத்தனையோ ஏழைகள் படுக்கக்கூட இடமில்லாமல் வறுமையில் இருக்கிறார்கள். அவர்களுக்கு ஒதுக்கீடு செய்ய வேண்டிய மனையை நீ பெறுவது முறையன்று’ என்று கூறியதோடு இனி இவ்வாறான செயல்களில் ஈடுபடக்கூடாது’ என்று கண்டித்தும் அனுப்பினார்.

இனி என் அனுமதியின்றி என் உறவினர்களுக்கு எதுவும் செய்யக் கூடாது என்று அந்த அதிகாரியையும் கண்டித்து அனுப்பிவிட்டார்.

இன்றைய மதிப்பின்படி அரைக்கோடி ரூபாய் பெறுமானமுள்ள அந்த மனையை இழந்ததில் அவரது தம்பி விஸ்வநாதனுக்கு அன்று மிகவும் வருத்தம்தான். நான் மட்டும் என்ன வசதி வாய்ந்தவனா? பல்லாயிரம் ஏழைகளில் நானும் ஓர் ஏழை, அமைச்சரின் தம்பியாக இருப்பதால் மட்டுமே நான் வசதி உள்ளவனாக ஆகிவிட முடியுமா? என்பன போன்று எத்தனையோ சிந்தனை அலைகள். என்ன செய்வது? அண்ணன் கிழித்த கோட்டைத் தாண்டாத தம்பி என்பதனால் அவரையே அவர் சமாதானம் செய்து கொண்டார். இன்று அதே தம்பி விஸ்வநாதன் இந்த நிகழ்ச்சியை நண்பர்களிடமும் மேடைகளிலும் சொல்லி, தம் அண்ணனின் கடமை உணர்வை மனதாரப் புகழ்ந்து மகிழ்கிறார்.

37. தம்பியே ஆனாலும்...

'தியாகி கக்கன்ஜி நினைவுக் கல்வி கலாச்சார மன்றம்' என்ற ஓர் அமைப்பின் தொடக்க விழா சென்னை தேவநேயப் பாவாணர் மத்திய நூலகக் கட்டடத்தில் எளிமையாக நடந்தது. விழாவைத் தொடங்கி வைத்த கக்கனின் சகோதரர் விஸ்வநாதன் சொன்ன செய்தி.

காங்கிரஸ் ஆட்சிக் காலத்தில் கல்வி அமைச்சராக, உணவு அமைச்சராக, காவல் துறை அமைச்சராக, இப்படிப் பல இலாகாக்களின் அமைச்சராகக் கக்கன் பணிபுரிந்திருந்தாலும், அவரை யாரும் முன்னாள் அமைச்சர் என்று குறிப்பிட்டது கிடையாது. அவரைத் தியாகி கக்கன்ஜி என்றே அழைத்து வந்தனர். அமைச்சர் பந்தா எதுவும் இல்லாமல் மந்திரியாக இருந்தவர் அவர். எனக்கு வேலை கிடைக்கும் வரை கொஞ்ச நாள் நான் எனது சகோதரர் கக்கனின் வீட்டில் (அமைச்சர்களுக்கான பங்களாவில்) தங்கியிருந்தேன். கொஞ்சநாளில் எனக்கு நெடுஞ்சாலைத் துறையில் வேலை கிடைத்தது. எனக்கு வேலை கிடைத்த செய்தி எனது சகோதரர் கக்கனுக்குத் தெரியாது. நான் வேலையில் சேர்ந்த பிறகும் எனது சகோதரரின் பங்களாவிலேயே தங்கியிருந்தேன். நான் வேலையில் சேர்ந்து இரண்டு வாரங்களுக்குப் பிறகு வீட்டிற்கு வந்த என் சகோதரர், 'இப்போது என்ன செய்து கொண்டிருக்கிறாய்? என்று என்னைக் கேட்டார். அப்போதுதான் நான், இரண்டு வாரங்களுக்கு முன்பு நெடுஞ்சாலைத் துறையில் வேலைக்குச் சேர்ந்த விவரத்தைச் சொன்னேன். உடனே 'அரசாங்க ஊழியனாகி, அரசு ஊதியம் வாங்கத் துவங்கிய பிறகு அமைச்சர் வீட்டில் இருப்பது தவறு. உடனே புறப்படு' என்று எனது பெட்டி படுக்கை எல்லாம் மூட்டை கட்டி அந்த நள்ளிரவில் என்னை வெளியே அனுப்பிவிட்டார். 'நள்ளிரவு ஆகிவிட்டது' எங்குப் போய்த் தங்குவது? காலையில் போய்விடுகிறேன்' என்று கெஞ்சியும் கூட அவர் பிடிவாதமாக என்னை வெளியேற்றி விட்டார் என்றார். இதைக் கேட்டபோது உணர்ச்சிவசப்படாமல் இருக்க முடியவில்லை.

38. நாணயமும், நாணயம் !

ஐந்தாண்டுக் காலம் நாடாளுமன்ற உறுப்பினர், பத்தாண்டு காலம் அமைச்சர் பொறுப்பில் இருந்து விட்டு 1967 ஆம் ஆண்டு தேர்தலைச் சந்திக்கப் பணமில்லாமல் கக்கன் திகைத்துப் போனார். பல நண்பர்கள் தாமே முன்வந்து உதவி செய்தனர். அந்த உதவிகள் போதாத காரணத்தால் நாவினிப்பட்டி மைனரிடம் ஆள் அனுப்பினார். கக்கன் அனுப்பியதாகத் தெரிந்ததும், தன் கையில் இருந்த 11,000 ரூபாயைக் கொடுத்து அனுப்பினார். நாவினிப்பட்டி மைனர் மிகப்பெரிய செல்வர். கக்கனின் மீது மிகுந்த அன்புடையவர். அதனால், 'இதைக் கொடுத்து விட்டு இன்னும் வேண்டுமென்றால் ஆள் அனுப்பி வைக்கவும்' என்ற செய்தியையும் சொல்லி அனுப்பினார்.

தேர்தல் முடிந்தது; கக்கனும் தோற்றுப்போனார். மாதச் சம்பளமில்லை; மக்களால் வருவாயில்லை; சென்னையில் வாழ்வதே கடினமாக சூழல். வறுமை சூழ்ந்த அந்த வேளையில் பல நல்ல உள்ளங்களின் உதவியால் சென்னையில் வாழ்ந்து கொண்டிருந்தார். காலம் கடந்தே கக்கனுக்கு உதவவேண்டும் என்று பல தலைவர்களுக்குத் தோன்றியது. மணிவிழா என்ற பெயரில் விழா நடத்தி பொருளுதவி செய்ய திட்டமிடப்பட்டு, மதுரை நெடுமாறன் அவர்கள் தலைமையில் ஒரு குழு அமைத்து, மணிவிழா மிகச்சிறப்பாகத் தமுக்கம் மைதானத்தில் நடத்தப்பட்டது. திரு.சி.சுப்பிரமணியம் விழாவில் கலந்து கொண்டு கக்கனுக்குத் தங்கச்சங்கிலி பரிசளித்துச் சிறப்பித்தார்.

அம்மணிவிழா நடத்திய செலவுகள் போக மீதமுள்ள 21,000 ரூபாயைப் பணமுடிப்பாகக் கக்கனுக்கு வழங்கினார்கள்.

39. கடனை அடைத்த கக்கன்ஜி

கக்கன், விழா முடிந்து வீட்டிற்குத் திரும்பினார். காலையில் ஓர் ஆள் விட்டு நாவினிப்பட்டி மைனரை அழைத்துவரச் சொன்னார். நாவினிப்பட்டி மைனர் வேறு ஏதோ காரணங்களுக்காக அழைப்பு வந்துள்ளதாக எண்ணி வந்தார். வந்த மைனரிடம் நலன் விசாரித்து விட்டு 11,000 ரூபாயை எடுத்துக் கொடுத்தார். இத்துணை நாள் தாமதமானதற்கு வருத்தம் தெரிவித்து உதவிக்கு நன்றியையும் சொன்னார்.

நாவினிப்பட்டி மைனரால் நம்ப முடியவில்லை. மைனருக்குக் கடனாகப் பணம்கொடுத்த நினைவு கூட இல்லை. 'ஏன் கொடுக்கிறீர்கள் நான் தங்களுக்குக் கடனாகக் கொடுக்கவில்லை. நண்பர் என்ற முறையில் உதவினேன். அவ்வளவுதான். இந்தச் சிறுதொகையை நீங்கள் பெரிதாக எண்ணக்கூடாது. நட்பின் அடிப்படையில் கொடுத்ததைக் கடன் கொடுத்தது போல் திருப்பித் தருவது அவ்வளவு நல்லதாக இல்லை' என்று கூறி வாங்க மறுத்தார். கக்கன் விடுவதாக இல்லை, 'இந்தப் பணத்தை எனது அவசரத் தேவைக்கு நான் ஆள் அனுப்பிப் பெற்றேன். ஆகவே அது கடன் தான். அதனால், தாங்கள் திரும்பப் பெற்றுக் கொள்ளவில்லையென்றால் நமது நட்பை வளர்க்க முடியாமல் போகும். அதனால், பெற்றே ஆகவேண்டும்' என்று கட்டாயப்படுத்திக் கொடுத்தார்.

நட்பின் அருமை கருதி நாவினிப்பட்டி மைனர் வாங்க மனம் இல்லாமல் வாங்கிக் கொண்டார். மைனர் விடை பெற்றுச் சென்றாலும் அவரது மனம்மட்டும் கக்கனின் உண்மைக்கும், அன்பிற்கும் இடையே தங்கித் திகைத்து மகிழ்ந்தது என்றே சொல்லலாம்.

தேர்தலில் நிற்பதே பணம் திரட்டத்தான் என்று முடிவுக்கு வரும் அளவிற்குச் சில அரசியல்வாதிகளின் நடவடிக்கைகள் இருப்பதை இன்றும் காண முடிகிறது. தேர்தல் செலவிற்குச் செய்தித்தாள்களில் விளம்பரம் கொடுத்து உதவி கேட்ட

வரலாறும் அந்த விளம்பரம் கண்டு அனுப்பிய பண விடைகளைக் (Money Order) கையொப்பமிட்டு வாங்காமல் கையொப்ப முத்திரையிட்டு வாங்கிய வரலாறும் நமது தமிழகத்தில் நடந்தது உண்டு. குறிப்பாகத் தேர்தல் செலவிற்குப் பணம் வேண்டும் என்றுக் கேட்டாலே அது நன்கொடைதான் என்ற புதுப்பொருளோடு இன்று நிலவி வருகிறது. ஆனால், கக்கன் தமது வாழ்நாளில் தேர்தல் செலவிற்கு உதவி பெற்றிருந்தாலும் தாம் என்ன சொல்லிப் பெற்றோமோ அவ்வாறே வாங்கியதைத் திருப்பித் தந்து முறையாக நடந்து கொள்ள வேண்டும் என்ற எண்ணம் உடையவராக இருந்தார். காலம் கடந்தாலும் வாக்கு மாறாத கொள்கையைக் கொண்டவர் கக்கன் என்பதை நம்மால் உணரமுடிகிறது.

40. கேட்காமலிருந்தால் கொடுக்காமல் இருப்பதா?

இங்கு இன்னொரு நிகழ்ச்சியையும் நினைவு கூர்வது மிகவும் பொருத்தமாக இருக்கும். மணிவிழா நிதிஉதவியில் ரூ.11,000 மைனருக்குக் கொடுத்தாகி விட்டது. மீதம் 10,000 ரூபாய் இருக்கிறது. இதைக் குடும்ப உறுப்பினர்கள் வங்கி நிரந்தர வைப்பு நிதியில் இட்டு விடலாம் என்று முடிவெடுத்தனர். ஆனால், கக்கன் அதிலிருந்து ரூ.1,800 எடுத்து ஓர் ஆளை அழைத்து இதைக் கொண்டு போய் டி.வி.எஸ்.பயணியர் விடுதியில் கொடுத்து விட்டுப் பற்றுச் சீட்டையும் வாங்கி வரச்சொன்னார். வீட்டிலிருந்தவர்களுக்கு ஒன்றும் விளங்கவில்லை. 'ஏன் கொடுத்து அனுப்புகிறீர்கள்' என்று கேட்டதும் மெல்ல சிரித்துக் கொண்டு 'நான் அமைச்சராயிருந்த காலத்தில் அந்த விடுதிக்குச் செலுத்த வேண்டிய நிலுவைத் தொகை அப்படியே இருந்து விட்டது. அதை இன்று தான் கொடுத்து அனுப்புகிறேன்' என்றார்.

'அமைச்சராகியிருந்து பல ஆண்டுகள் கடந்து விட்டன. அந்த நிறுவனத்தாரும் அதைக் கேட்கவேயில்லை; கேட்கவும் மாட்டார்கள். இந்த நிலையில் ஏன் கொடுத்து அனுப்புகிறீர்கள்' என்றனர். 'என்றாவது ஒருநாள் அந்த நிலுவைத் தொகையை நான் கட்டி விடுவேன் என்ற நம்பிக்கையில் இன்று வரை கேட்காமல் இருக்கிறார்கள். அதற்காக நன்றி சொல்லி பணத்தைக் கட்ட வேண்டுமே தவிர கேட்கவில்லை என்பதற்காகக் கட்டாமல் இருப்பது தவறு' என்று கூறினார்.

இவ்வளவு வறுமையில் இருந்தபோதும் இவர் மாறவில்லை என்று சிலர் முணுமுணுத்தனர். அவர் கொண்டிருந்த திருந்திய உள்ளத்தால்தான் வறுமையில் செம்மையாக நடந்துக் காட்ட முடிந்தது என்பதை நம்மால் உணர முடிகிறது.

கிடைத்த பொருளுதவியைக் கொண்டு தமது வறுமை நிலையை மாற்றிக் கொள்ளலாம் என்ற வாய்ப்பு இருந்த போதும்.

'கோடான கோடி பெற்றாலும் தன்
நாக்கோடாமை கோடி பெறும்'

என்ற அவ்வையின் வாக்கினை உணர்ந்தவராக நடந்து கொண்டார் கக்கன், என்பதை என்ணிடும் போது

'இன்றி அமையாச் சிறப்பின் ஆயினும்
குன்ற வருப விடல்'

என்ற வள்ளுவரின் வாக்கே நினைவுக்கு வருகிறது.

41. நடையில் நின்றுயர் நாயகர்

1962-67 ஆண்டுகளில் அமைச்சர் பொறுப்பேற்ற இவருக்குப் பல்வேறு துறைகள் ஒதுக்கப்பட்டதை முன்பே கண்டோம். அத்துறைகளுள் மதுவிலக்குத் துறையும் ஒன்று. மதுவிலக்கு நடைமுறையில் இருந்த காலமாதலால் அரசிடம் அனுமதி பெற்றே மது அருந்த வேண்டும் என்ற நிலை இருந்தது.

மது அருந்துவதையே அன்றாட பொழுது போக்காகக் கொண்ட பல பெரும்புள்ளிகள் அரசிடம் விண்ணப்பித்திருந்தனர். அந்த விண்ணப்பங்களில் அண்ணாமலை பல்கலைக்கழகத்தோடு தொடர்புடைய ஒருவரின் விண்ணப்பமும் ஒன்று. அவரது விண்ணப்பத்தைக் கீழ்மட்ட அதிகாரிகள் முறையாகப் பரிசீலனை செய்து அரசின் ஒப்புதலுக்கு அனுப்பி வைத்தனர்.

சமுதாய ஒழுக்கக்கேடுகள் ஐந்தனுள் ஒன்றான 'கள்ளுண்டல்' என்பதை மிகப்பெரிய குற்றமாகக் கருதிக் கள்ளுண்ணாமையைக் கடைப்பிடித்து வந்தார் கக்கன்.

'உண்ணற்க கள்ளை உணிலுண்க சான்றோரான்
எண்ணப்பட வேண்டா தார்'

என்ற வள்ளுவரின் வாக்கை வாழ்க்கையின் கொள்கையாகக் கொண்டிருந்தார். அதனால் அவரும் கள்ளுண்ணுவதில்லை, பிறர் கள்ளுண்ணுவதையும் அவர் ஏற்றுக் கொள்வதில்லை. இவ்வளவு கொள்கைப் பிடிப்புடையவராக இருந்ததால் மது அருந்த அனுமதி கேட்டுவரும் கோப்பினைப் பார்ப்பதில் கவனம் செலுத்துவதில்லை. அதனால் அண்ணாமலை பல்கலைக் கழகத் தொடர்புடையவரின் கோப்பும் கிடப்பில் கிடந்தது.

பல அதிகாரிகள் நினைவூட்டியும் அந்தக் கோப்பினைப் பார்க்கவே இல்லை. இதைத் தெரிந்து கொண்ட 'அவர்' தொலைபேசியில் தொடர்பு கொண்டார். அன்புடன் பேசி, சொன்ன செய்தியையும் கேட்டுக் கொண்டார். அவரின் வேண்டுகோளை நடைமுறைப்படுத்தப் பலர் காத்துக்

கொண்டிருக்கும் போது கக்கன் மட்டும் செவி சாய்க்க மறுத்துவிட்டார்.

தமிழக அரசியலில் அவருக்கு என்று தனி மரியாதை உண்டு. எந்தக் கட்சியிலும் தொடர்பு கொள்ளாமல் இருப்பதால் அனைத்துக் கட்சிகளும் அவருக்கு ஒரு தனி மரியாதை செலுத்தி வந்தன. இதைக் கக்கன் உணர்ந்திருந்தாலும் மது அருந்த அனுமதி வழங்கவே இல்லை என்பது குறிப்பிடத்தக்கது. இதை நினைவூட்டிக் கேட்ட அரசியல்வாதிகளிடம் 'அந்த அவர்' மீது கொண்ட அன்பினால் தான் அனுமதி வழங்கவில்லை என்று கூறினாராம். எப்படியோ கக்கன் மதுவிலக்குத்துறை அமைச்சராக இருந்தவரை அனுமதி வழங்கவுமில்லை. அதன்பின் தமது வாழ்நாள் முழுவதும் எந்த உதவிக்கும் அவரை அணுகவுமில்லை.

எனவே கொண்ட கொள்கையில் எந்நாளும் எவருக்காகவும் எந்தச் சூழலிலும் விட்டுக் கொடுக்காத மனவலிமைக்கொண்டு தமக்கென்று ஒரு பாதையை அமைத்துக் கொண்டு வாழ்ந்தார் என்பதை உணரமுடிகிறது.

42. விதிகளை மதித்த வீரன்

அக்காலத்தில் அமைச்சரின் ஊர்தி ஓட்டுநர் அரசுப் பணியாளர் அல்லர். அந்த ஓட்டுநர்களுக்கு அந்தந்த அமைச்சரே ஊதியம் கொடுக்க வேண்டும். அமைச்சர்கள் அனைவரும் அவரவர் துறைகளில் தற்காலிகப் பணியாளர்களாக வைத்துக் கொண்டு அத்துறையில் கொடுக்கும் பணத்தையே ஊதியமாகக் கொடுத்து வந்தனர். ஆனால். கக்கன் மற்ற அமைச்சர்களிடமிருந்து சற்று வேறுபட்டே நடந்து கொண்டார். இவரிடம் பணியாற்றும் ஓட்டுநருக்கு மட்டும் அவரது ஊதியத்திலிருந்தே ஊதியம் கொடுத்து வந்தார். பிற அமைச்சர்களிடம் பணியாற்றும் ஓட்டுநர்களுக்கு எவ்வளவு ஊதியம் கிடைக்கிறதோ அதில் பாதிதான் கக்கனின் ஓட்டுநருக்கும் கிடைக்கும்.தமது வருவாயில் இருந்து கொடுப்பதால் அவ்வளவுதான் கொடுக்க முடிந்தது என்பது எண்ணத்தக்கது. இவரது ஓட்டுநரே முன்வந்து மற்ற ஓட்டுநர்களுக்கு எப்படிச் ஊதியம் வழங்குகிறார்கள் என்பதை விளக்கிச் சொன்ன பின்னும் அவர் ஏற்றுக் கொள்ளவில்லை. 'பிறர் என்ன செய்கிறார்கள் என்பது நமக்கு வேண்டா. என்னால் எவ்வளவு கொடுக்க முடியும் என்பதைத்தான் பார்க்க வேண்டும். அதனால், நான் கொடுக்கும் ஊதியம் வாங்கிக் கொண்டு பணியாற்ற முடிந்தால் பணியாற்றுங்கள். இல்லையேல் ஊதியம் அதிகமாகக் கொடுக்கும் இடத்தில் பணியாற்றப் போய் விடுங்கள்' என்று கண்டிப்பாகக் கூறிவிட்டார் என்றாலும் இவரது பழக்க வழக்கத்தால் ஈர்க்கப்பட்ட ஓட்டுநர் தொடர்ந்து பணியாற்றினார். சட்ட விதிமுறைகளை எந்தச் சூழலிலும் மீறுவதில்லை என்ற தமது கொள்கையை விட்டுக் கொடுக்க விரும்பாதவராக வாழ்ந்தார் கக்கன்.

மேலும் இவர் அமைச்சராக இருந்து வாழ்ந்து வந்த அரசு வீட்டைக் காலி செய்து வரவேண்டிய சூழல் வந்த போது அரசு அனுமதித்த கால இடைவெளிக்குள் காலி செய்து விட்டு வாடகை வீட்டிற்கு வந்தார். அவ்வாறு காலி செய்யும்போது பழுதடைந்திருந்த கால்மிதியடிகளைக் கூடச் சொந்தச் செலவில்

செப்பனிட்டு வைத்து, முறையாகக் கணக்குக் கொடுத்து விட்டு வந்தார்.

அரசியல் வழியாகப் பதவி பெற்றவர்கள் டெல்லியில் தமக்கு ஒதுக்கப்பட்ட வீட்டைக் காலி செய்யாமல் இருப்பதையும் அதற்காக எடுக்கப்படும் நடவடிக்கைகளையும் பலர் அறிவர். அரசு வீட்டைக் காலி செய்து விட்டுப் போக வேண்டிய சூழலுக்கு உள்ளான அரசியல் தலைவர்கள் சிலர், அந்த வீட்டில் பொருத்தியிருந்த குளிர்சாதனக் கருவிகளையும் எடுத்துக் கொண்டு சென்றதாகக் கூடச் செய்திகள் உண்டு. இந்த இரண்டையும் ஒப்பிட்டுப் பார்த்தால் விதிமுறைகளை மீறும் மனமோ, விதிகளைத் தமக்குச் சாதகமாக அமைத்துக் கொள்வதோ அவரது வாழ்வில் என்றுமே இருந்ததில்லை என்பது தெள்ளத் தெளிவாகத் தெரிகிறது.

43. தங்கப்பேனா தகுதிக்கு மீறியது

ஒருமுறை மலேசியா வேளாண் அமைச்சர் கக்கனை அவரது அமைச்சரவை அலுவலகத்தில் சந்தித்தார். கக்கன் வைத்திருந்த பழங்காலப் பேனாவைப் பார்த்து விட்டு தமது சட்டைப்பையில் இருந்த பேனாவை எடுத்துக் கொடுத்தார். அதை வாங்கி கக்கன் அப்பேனாவைத் திருப்பித்திருப்பிப் பார்த்து விட்டு, 'இது என்ன தங்கப் பேனாவா?' என்று கேட்டார். 'ஆமாம் இதை எனது நினைவாக வைத்துக் கொள்ளுங்கள்' என்றார் அந்த மலேசிய அமைச்சர்.

'இந்தத் தங்கப்பேனாவை வைத்துக் கொள்ளும் தகுதி எனக்கு இல்லை' என்றார். பரவாயில்லை வைத்துக் கொள்ளுங்கள் என்றதும் கக்கன் தமது உதவியாளரை அழைத்து இதை அலுவலகப் பதிவுப் புத்தகத்தில் பதிவு செய்து தமக்கு வழங்கியதாக எழுதிக் கொண்டு வர ஏற்பாடு செய்தார். இதைக் கண்ணுற்ற மலேசிய அமைச்சர் 'இது உங்களின் தனிப்பட்ட பயன்பாட்டிற்குத்தான். இந்த அரசுக்க அல்ல' என்றார். 'இந்த அமைச்சர் அலுவலகத்தில் நான் அமைச்சர் பொறுப்பில் இருக்கும்வரை இம்மாதிரியான பரிசுப்பொருள்களைப் பதிவு செய்த பிறகுதான் பயன்படுத்துவேன். நான் பதவியை இழந்து வெளியே போகும்போது முறையாக அரசிடம் ஒப்படைத்துவிட்டுச் செல்வேன். அவ்வாறு செய்வது ஓர் அமைச்சர் பொறுப்பில்' இருக்கும் என் போன்றவர்களின் கடமை அல்லவா? என்றார்.

மீண்டும் அந்த மலேசிய அமைச்சர் 'தங்களின் தனிப்பட்ட பயன்பாட்டிற்கே கொடுத்தேன்' என்றார். உடனே 'நான் அமைச்சராக இல்லையென்றால் இந்தப் பேனாவைக் கொடுத்திருப்பீர்களா? மக்களுக்குத் தொண்டு செய்ய வேண்டும் என்ற நோக்கத்தில் அமைச்சர் பொறுப்பேற்ற நம்மைப் போன்றவர்கள் பரிசுப் பொருள்களைத் தமது சொந்தப் பயன்பாட்டிற்கு வைத்துக் கொள்ளலாமா?' என்று கக்கன் கேட்டதும் மலேசிய அமைச்சர் அமைதியானார். என்றாலும்

விடவில்லை; "தங்களின் பயன்பாட்டிற்கே தாங்களே வைத்து கொள்வதாக இருந்தால் இதைக் கொடுப்பேன். அரசுப் பதிவேட்டில் எழுதி அரசுப் பொருள்களோடு இதையும் சேர்ப்பதாக இருந்தால் நான் கொடுக்க மாட்டேன்' என்றார். "நீங்கள் வைத்துக் கொள்ளுங்கள் என்று தங்கப் பேனாவைத் திருப்பி கொடுத்து விட்டார். மலே'abC அமைச்சரும் அதைத் திரும்ப வாங்கி வைத்துக் கொண்டார்.

இந்த நிகழ்ச்சியை நேருக்கு நேர் கண்ணுற்ற காங்கிரஸ் கட்சியின் அன்றைய சட்டமன்ற உறுப்பினர் காலஞ்சென்ற டி.பி. ஏழுமலை பல மேடைகளில் இதைப் பற்றிப் பேசியுள்ளார். கக்கனின் தன்னலமற்ற உள்ளத்தையும் தம் தகுதிக்குட்பட்டு வாழவேண்டும் என்ற உயரிய பண்பாட்டையும் இதன்மூலம் அறிந்து கொள்ளலாம்.

பரிசுப்பொருள்களையும் பட்டியலிட்டு விற்பனை செய்யும் அமைச்சர் பெருமக்கள் வாழ்ந்த வரலாறும், பிறந்தநாள் என்ற பெயரால் கோடிக்கணக்கான ரூபாய் பெறுமானமுள்ள பரிசுப்பொருள்களைப் பெற்றுக் கொள்ளும் அமைச்சர்கள் வாழும் வரலாறு கொண்ட இந்தத் தமிழகத்தில் இப்படியொரு அமைச்சரா?

அப்படி வாழ்ந்த கக்கனின் குறிக்கோள் தான் என்ன? பரிசு என்ற பெயரால் பிறர் வழங்கும் பொருட்சுமை கூடப் பொதுநலம் என்ற கப்பலைத் தரைதட்டிவிடச் செய்யும் என்று எண்ணினாரோ? அப்படிப் பிறர் செய்யும் செயல்களில் கூடக் கறைபடா நெஞ்சினன் என்ற எல்லையை எட்டத் தடைக் கற்களாக அமைத்துவிடும் என்று அஞ்சினாரோ? எப்படி எண்ணி இருந்தாலும் அவரது உள்ளத்தில் உயரிய குறிக்கோள் குடிகொண்டிருந்தது என்பது உறுதி.

'குறிக்கோளில்லாத மனிதன் திசைகாட்டும் கருவியில்லாத கப்பலைப் போன்றவன்' என்று அறிஞன் 'ஆவ்பரி' கூறியதை ஒப்பிட்டுப் பார்த்தால் இன்று "கறைபடாக் கரங்கள்" என்று அனைத்து அரசியல் தலைவர்களாலும் பேசப்படும் எல்லையை எட்டும் குறிக்கோள் கொண்டே வாழ்ந்தார் என்பது உண்மை.

44. மாடு வாங்கியதற்கு ரசீது

கக்கன் அமைச்சராக இருந்த காலத்தில் சட்டமன்ற உறுப்பினராக இருந்த டி.பி.ஏழுமலை கக்கனிடம் நெருங்கிய தொடர்பு கொண்டிருந்தார். அதனால், அவரது வீட்டிற்குச் சென்று வருவது வழக்கம். அப்படி ஒருநாள் வீட்டிற்குச் சென்றிருந்த போது குடிப்பதற்குத் தேநீர் அல்லது குளம்பி (காபி) கொண்டு வரச் சொன்னார் கக்கன். பால் இல்லை என்பதைத் தயங்கித் தயங்கி அவரது மனைவி சொல்ல, ஏழுமலை அதிர்ந்து போனார். 'அமைச்சர் வீட்டில் பால் இல்லையா? அப்படியானால் ஒரு பசுமாடு வாங்கிக் கொள்ள வேண்டியது தானே' என்று ஆலோசனை சொன்ன ஏழுமலையிடம் தமது இயற்கையான புன்னகையை மட்டுமே பதிலாகச் சொல்லி அனுப்பி விட்டார் கக்கன். என்றாலும், வீட்டில் அவரது மனைவியிடம் கலந்து ஆலோசித்து பசுமாடு ஒன்று வாங்கத் திட்டமிடப்பட்டது. அத்திட்டப்படியே திருவொற்றியூர்ச் சந்தையிலிருந்து 150 ரூபாய்க்கு மாடு வாங்கிக் கொண்டு வந்தார் ஏழுமலை. இச்செய்தியை அறிந்த கக்கன் ஏழுமலையை அழைத்து 'நீங்கள் மாடு வாங்கிக் கொண்டு வந்ததில் மிகவும், மகிழ்ச்சி, ஆனால் ஒப்புகைச் சீட்டு (ரசீது) எங்கே? என்று கேட்டார். ஏழுமலைக்கு ஒன்றும் விளங்காமல் திகைத்தார். 'எதற்கு ஒப்புகைச்சீட்டு? சந்தையில் மாடு விற்பவன் ஒப்புகைச்சீட்டு எப்படிக் கொடுப்பான்?' என்று பதிலுரைத்த ஏழுமலையிடம் 'அமைச்சராக இருக்கும் நான் எந்தப் பொருள் வாங்கினாலும் அதற்கு ஒப்புகைச் சீட்டு வைக்க வேண்டும். சட்டமன்ற உறுப்பினராக இருக்கும் உங்களுக்கு இது தெரிய வேண்டாவா?' என்று கூறி எப்படியும் ஓர் ஒப்புகைச் சீட்டு வாங்கி வரச் சொன்னார்.

'சந்தையில் மாடு விற்றவன் யார்? அவனை எங்கே தேடுவது?' என்று ஏழுமலை கூறியும், கக்கன் விடுவதாக இல்லை. 'ஒப்புகைச்சீட்டுக் கொடுக்க முடியவில்லை என்றால் மாட்டைத் திரும்ப ஓட்டிச் சென்று விடுங்கள்' என்றார். 'சரி நான் முயன்று

பார்க்கிறேன்' என்று கூறி விடைபெற்றார் ஏழுமலை.கூறிய வாக்கை நிறைவேற்ற வேண்டுமே என்ற நோக்கத்துடன் மீண்டும் மாட்டுச்சந்தைக்குச் சென்று மாடு வாங்கிக் கொடுத்த தரகனைத் தேடிப்பிடித்து விவரத்தைக் கூறினார் ஏழுமலை. 'சந்தையில் மாடு விற்பவனிடம் ஒப்புகைச் சீட்டு கேட்ட முதல் ஆள் நீங்கள் தான்' என்று கூறி நகைத்தார் அந்தத் தரகர். 'என்ன செய்வது? ஒப்புகைச்சீட்டுக் கொடுக்கவில்லை என்றால் மாட்டைத் திரும்ப எடுத்துக் கொள்ளச் சொல்கிறார்' என்று விளக்கிக் கூறி, எப்படியும் விற்ற ஆளிடம் ஒப்புகைச்சீட்டுப் பெற வேண்டும் என்று கேட்டுக் கொண்டார். அதுபோலவே அந்தத் தரகரும் விற்ற ஆளை அடையாளம் கண்டு அவரிடம் ஏழுமலையைக் கூட்டிச்சென்று ஒப்புகைச் சீட்டுக் கேட்டார். மாடு விற்ற அந்த ஆள் அதிர்ந்து போனான். எப்படியோ உண்மையை விளக்கி ஓர் ஒப்புகைச் சீட்டுப் பெற்றுக் கக்கனிடம் கொண்டு வந்து கொடுத்தார் ஏழுமலை.

இதைப் பார்த்ததும் மகிழ்ந்து பாராட்டுவார் என்று எதிர்பார்த்த ஏழுமலைக்கு 'இது என்ன ரசீது? இதில் வருவாய் முத்திரைத்தலை ஒட்டி (Revenue Stamp) கையொப்பம் இட வேண்டாவா? இப்படிக் காட்டினால் யார் நம்புவார்கள்?' என்று கக்கன் சொன்னதும் வாயடைத்துப் போனார் ஏழுமலை. மாடு விற்றவனிடம் ஒப்புகைச் சீட்டுக் கேட்பதையும் வாங்குவதையும் வேடிக்கையாகப் பார்க்கிறார்கள். இந்த நிலையில் வருவாய் முத்திரைத்தலை ஒட்டிய ஒப்புகைச் சீட்டு (Stamped Receipt) வேண்டும் என்று கேட்பது எப்படி? அப்படியே கேட்டாலும் தருவார்களா? என்றெல்லாம் நினைத்துத் தம்முள் நகைத்துக் கொண்டார். என்ன செய்வது? நண்பருக்கு நண்பர், அமைச்சருக்கு அமைச்சர், எப்படியும் செய்தாக வேண்டும். இல்லையேல் மாட்டைத் திருப்பித் தந்து விடுவார். அதனால், மீண்டும் அந்த மாடு விற்றவனைத் தேட வேண்டியதாகிவிட்டது.

எப்படியோ மீண்டும் தொடர்புடைய இருவரையும் அணுகி வருவாய் முத்திரைத் தலை ஒட்டிய ஒப்புகைச் சீட்டு வாங்கித் தந்த பிறகு கக்கன் முழுமனதுடன் அந்த மாட்டைத் தமது வீட்டில் வைத்துக் கொள்ளலாம் என்ற முடிவுக்கு வந்தார்.

இச்செய்தியைக் கக்கன் நினைவு அஞ்சல் தலைவெளியீட்டு விழாவில் காலஞ்சென்ற டி.பி.ஏழுமலை சொல்லி மக்களை மனம் விட்டுச் சிரிக்க வைத்ததோடு மட்டுமல்லாமல் 'மாண்புடைய மக்கள்' எப்படி இருப்பார்கள் என்ற சிந்தனையையும் பதித்தார்.

இந்த நிகழ்ச்சி அன்றைய அரசியல் தடத்தில் எத்துணை நேர்மையாகக் கக்கன் நடை போட்டிருக்கிறார் என்பதை எண்ணியெண்ணி வியக்க வைக்கிறது. அதனால் தான் நேர்மையை விரும்பும் மக்களின் மனத்தில் இன்றும் வாழ்ந்து கொண்டிருக்கிறார்.

'உள்ளத்தால் பொய்யா தொழுகின் உலகத்தார்
உள்ளத்து ளெல்லாம் உளன்'

என்ற வள்ளுவர் வாக்கு உண்மைதான் என்பதை உணரமுடிகிறது.

45. நன்னயம் செய்யும் நற்குணம்

இந்திய அரசியலில் ஈடுபட்டிருக்கும் சிலர் ஒரே மாதிரியாக நடந்து கொள்வதாகத் தெரிகிறது. பதவிக்கு வருமுன் அடக்கமாக இருப்பதும், பதவியைப் பெற்றதும் தம்மை எதிர்த்த அல்லது இன்னலுக்கு உட்படுத்தியவரைப் பழிக்குப்பழி வாங்க நினைப்பதும் அவர்கள் வாடிக்கையாகும். ஆனால், அவ்வாறான சூழலில் கக்கன் எவ்வாறு நடந்து கொண்டார் என்பதை எண்ணிப் பார்க்கத் தோன்றுகிறது.

கிட்டத்தட்ட அவருக்கு விவரம் தெரிந்த நாள் முதல் வாழ்நாள் முழுவதும் அரசியல் நடத்தியிருக்கிறார். இதுவரை எதிர்த்தவர்களும் இன்னல் விளைவித்தவர்களும் இருந்திருக்கவே வேண்டும். அப்படியானால் அவர்களைக் கக்கன் எவ்வாறு எதிர்கொண்டிருப்பார்? என்று எண்ணுவது சரியான ஆய்வாக அமையும். அந்த நோக்கில் ஒன்றை இங்குக் குறிப்பிடுவது மிகவும் பொருத்தமாக இருக்கும்.

1942ஆம் ஆண்டு வெள்ளையர்களால் சிறை செய்யப்பட்டு, மதுரை மேலூர்க் காவல் நிலையத்தில் கக்கன் கசையடி வாங்கினார் என்பதை முன்பே பார்த்தோம். அந்தக் கசையடி நிகழ்ச்சியில் நேரடிப் பங்கு கொண்ட காவல்துறைக் காவலராகப் பணியாற்றியவர் திரு.நித்தியானந்தம். 1957ஆம் ஆண்டு கக்கன் அமைச்சர் பொறுப்பேற்பதற்கு முன் அந்தக் காவலர், பதவி உயர்வு பெற்று உதவி ஆய்வாளர் பதவியில் இருந்தார்.

அமைச்சரான கக்கனைக் கண்டு வாழ்த்துச் சொல்ல வந்த பொதுமக்களுள் திரு.நித்தியானந்தமும் ஒருவர். எல்லோரும் பார்த்துவிட்டுச் சென்ற பிறகு தனியே அமைச்சர் கக்கனைச் சந்தித்தார். ‘என்னை மன்னித்து விடுங்க’ என்று கண்ணீர் மல்க காலில் விழ முயன்றார். அவரைத் தடுத்த நிறுத்தி ‘ஏன் இவ்வாறு செய்கிறீர்கள்? இது என்ன நாகரீகம்?’ என்று கேட்டார். ‘உங்களுக்குக் கசையடி கொடுத்த காவலருள் நானும் ஒருவன், என்னைத் தண்டித்து விடாதீர்கள்’ என்று கெஞ்சினார்.

‘நீங்கள் உங்கள் கடமையைச் செய்தீர்கள், அதில் தவறு ஒன்றுமில்லை, உங்களைப் போல் கடமை உணர்வுமிக்கவர்கள் தாம் இந்த நாட்டிற்குத் தேவை’ என்று தட்டிக் கொடுத்துச் சமாதானம் சொல்லி அனுப்பி வைத்தார்.

பிற்காலத்தில் நித்யானந்தத்தின் மகனுக்குக் காவல்துறையில் பணி கிடைக்கக் கக்கனே ஏற்பாடு செய்ததாக நித்தியானந்தமே பலரிடம் கூறியிருக்கிறார்.

இங்கு, இதுபோன்ற இன்னொரு அரசியல் தலைவரின் செயலை ஒப்பிடுதல் பொருத்தமாக இருக்கும். விலைவாசிப் போராட்டத்தில் சிறைப்பிடிக்கப்பட்ட அறிஞர் அண்ணாவை அழைத்துச் செல்லும் காவலர் ஒருவர் ‘கைதிக்குத் தோளிலென்ன துண்டு எடுடா’ என்றெல்லாம் பேசிய அதே காவலர், ஒரு சில மாதங்களுக்குள் அண்ணா முதலமைச்சரான போது அணிவகுப்பு மரியாதையில் தன்னைக் கண்டு நடுங்கியதைப் பார்த்து விட்டு அவரைத் தனியே அழைத்த அண்ணா, ‘உங்கள் கடமையைச் செய்ததைப் பாராட்டுகிறேன்’ என்றாராம். இப்போது பாருங்கள், பண்பாளர்கள் எங்கும், எப்போதும் ஒரே மாதிரிதான் போலும்.

பண்புள்ளம் கொண்ட கக்கன், தமக்கு இன்னா செய்தாரை மன்னித்து நன்னயம் செய்து விடுவதே மிகப் பெரிய பண்பாடு என்ற வள்ளுவரின் வாக்கினை மனத்தில் ஏந்தி நடந்தார்.

46. தம்பியே ஆனாலும் தகுதி வேண்டும்

அன்று திரு.ஐ.ஜி.அருள் தமிழகத்தின் காவல்துறைத் தலைவராக (இன்ஸ்பெக்டர் ஜெனரல்) இருந்தார். அவ்வமயம் தமிழகத்திலுள்ள அனைத்துக் கல்லூரி விளையாட்டுப் போட்டிகள் ஓய்.எம்.சி.ஏ.விளையாட்டு மைதானத்தில் நடந்தது. அதில் 800 மீட்டர், 1500மீட்டர் ஓட்டப் பந்தயங்களில் முதல் பரிசு பெற்ற கக்கனின் தம்பி விஸ்வநாதனைப் பார்த்த, அந்த நிகழ்ச்சியின் தலைவரான ஐ.ஜி.அருள், ‘அவ்வளவு திறமை வாய்ந்த நீ ஏன் காவல்துறையில் சேரக்கூடாது?’ என்ற கேள்வியைக் கேட்டார். மேலும் விளையாட்டுப் போட்டிகளில் பெற்ற சான்றிதழ்களுடன் காவலர் பணிக்கு விண்ணப்பிக்கச் சொன்னார்.

அவரது ஆலோசனைப்படி விஸ்வநாதனும் விண்ணப்பித்தார். விளையாட்டு வீரர்களுக்கென்று ஒதுக்கப்பட்டிருக்கும் காவல்துறைத் துணை ஆய்வாளர் பணியிடத்திற்கு விஸ்வநாதனை நியமனம் செய்து அனைத்து ஏற்பாடுகளையும் செய்தார் அருள். வேலையில்லாமல் இருக்கும் விஸவநாதனுக்கு இது மிகப்பெரிய செய்தியாகவும் உதவியாகவும் தோன்றியது. அந்த மகிழ்ச்சியைக் குடும்ப உறுப்பினர் அனைவரிடமும் கூறி மகிழ்ந்தார். எப்படியோ இந்தச் செய்தி அமைச்சர் கக்கன் செவிகளுக்கு எட்டியது. உடனே காவல்துறை உயர் அதிகாரியான அருள் ஐ.ஜி. அவர்களைத் தொலைபேசியில் தொடர்பு கொண்டு விவரத்தைக் கேட்டறிந்தார். ‘நல்ல விளையாட்டு வீரன் என்கிற முறையில் நான் உதவினேன்’ என்று அருள் சொன்னதும் ‘அவனது தகுதி தெரியாமல் நியமனம் செய்வது முறையா’? என்று கேட்டார். அதிகாரி அருளுக்கு விளங்கவில்லை. ‘விஸ்வநாதனின் வலதுகை விரல்கள் சரியாக செயற்படாது. அதனால் அவனால் துப்பாக்கி சுட முடியாது. அந்த நிலையில் குறையுடையவனை நாட்டின் பாதுகாவலர் பணிக்குத் தெரிவு செய்யலாமா’? என்ற கேள்வியையும் கேட்டு வழங்கவிருக்கும் ஆணையை நீக்கம் செய்யவும் ஆணையிட்டார்.

உதவி ஆணையாளர் பணிக்கு அனைத்துத் தகுதிகளும் கொண்ட விஸ்வநாதன் அதன்பின் ஐ.ஜி.அருளைச் சந்தித்தார். இளமையில் விளையாடும் போது தவறி விழுந்ததையும், வலது முழங்கையின் மேற்புறத்தில் அறுவைச் சிகிச்சை நடந்ததையும் அதனால் ஏற்பட்ட பின்விளைவால் சுண்டு விரலும் அதற்கு அடுத்த மோதிரவிரலும் சற்று வளைந்து இருப்பதையும் காட்டி விளக்கினார். அதைக் கண்ட ஐ.ஜி.அருள் 'இதற்காகவா அமைச்சர் அப்படிக் கூறினார்' என்று வருந்தினார்.

தமக்கு அப்பணி கிடைக்கவில்லை என்பதில் அன்று மனம் வருந்திய விஸ்வநாதன் இன்று தமது அண்ணனின் உண்மையான உள்ளத்தைப் போற்றி மகிழ்கிறார்.

கக்கன், தன் தம்பி என்றும் பாராமல் சிறுகுறை கூட இல்லாத தகுதி வாய்ந்தவர்கள் மட்டுமே அப்பதவியைப் பெறவேண்டும் என்ற எண்ணம் கொண்டிருந்ததைப் பொதுமேடைகளில் பலர் நினைவுகூர்கின்றனர்.

47. வெகுமதி வேண்டாம்

ஒருமுறை தம் மக்களுடன் உதகமண்டலம் சென்று தங்கியிருந்தார். அப்போது அங்கிருக்கும் இந்துஸ்தான் புகைப்பட (Hindusthan Photo Films)நிறுவன அதிகாரி இவரைப் பார்க்க வந்தார். அவரோடு பேசிக் கொண்டிருந்த கக்கனின் மகன்கள் இயற்கைக் காட்சிகளைப் புகழ்ந்து பேசும்போது 'தொலைநோக்கி வைத்துப் பார்த்தால் மிகவும் நன்றாக இருக்கும்' என்று கூறினர். இதை மனத்தில் வைத்திருந்த அந்த அதிகாரி தொலைநோக்கி ஒன்றை அவர்களுக்கு வாங்கிக் கொடுத்தார். அடுத்த நாள் 'தொலைநோக்கி ஏது?' என்று கக்கன் கேட்டார். பிள்ளைகள் உதகமண்டலத்தில் கிடைத்த உண்மையைக் கூறினர். 'அப்படியானால் அதை இங்கு கொடு' என்று வாங்கி தமது பெட்டியில் வைத்துப் பூட்டி விட்டார். அடுத்த முறை உதகமண்டலம் சுற்றுப்பயணம் செல்லும்போது அந்த இந்துஸ்தான் நிறுவனத்தின் அதிகாரியை அழைத்து தொலைநோக்கியைத் திருப்பிக் கொடுத்தார். 'இதற்காகவா என்னை அழைத்தீர்கள்' என்று கூறியதோடு 'இது பிள்ளைகளுக்கு விளையாட்டிற்காகக் கொடுத்தது. இதை நீங்கள் பெரிதாக எடுத்துக் கொள்ளலாமா?' என்று அந்த அதிகாரிக் கேட்டார். 'அமைச்சரின் பிள்ளைகள் என்பதால் தான் தாங்கள் வழங்கினீர்கள். யார் எதைக் கொடுத்தாலும் பெற்றுக் கொள்ளலாம் என்ற மனநிலை என் பிள்ளைகளுக்கு வந்து விடக்கூடாது. அதனால்தான் இதைத் திருப்பிக் கொடுக்கிறேன்' என்றார் கக்கன். இதைக் கேட்டதும் அந்த அதிகாரி 'இப்படியொரு அமைச்சரா?' என்று வியப்பான பார்வையுடன் வெளியே வந்தார்.

இந்தத் தொலைநோக்கியை மகிழ்வோடு பெற்ற கக்கனின் மகன் டாக்டர் சத்தியநாதன் இன்றும் இதை மகிழ்ச்சி பொங்கக் கூறிப் பெருமைப்படுகிறார். இந்த நேர்மைக்குப் பெயர் தான் கக்கன்.

பதவிக்காக வரும் எந்தப் பொருளையும் ஏற்றுக் கொள்வது 'தன்மானமற்ற அரசியல் திருட்டு' என்று எண்ணி அம்மாதிரிச் செயல்களிலிருந்து தம்மை அப்புறப்படுத்திக் கொண்டு வாழ்ந்தார். இதற்கு ஆதாரமாக இன்னொரு செய்தியையும் இங்குச் சொல்லலாம்.

48. பரிசுகளைத்தவிர்த்த பண்பாளர்

1964ஆம் ஆண்டு நடந்த தம் மகள் திருமண அழைப்பிதழில் 'பரிசுகளைத் தவிர்க்கவும்' என்று குறிப்பிட்டிருந்தார். அதையும் மீறிப் பலர் அமைச்சர் கக்கனுக்குத் தெரியாமல் பரிசளித்தார்கள் என்பது உண்மை. அவ்வாறு பரிசளித்தவர்களில் அன்றைய காங்கிரஸ் கட்சிச் சட்டமன்ற உறுப்பினரும் ஒருவர். திருமணம் முடிந்து ஆறு மாதங்களுக்குப் பின் தமது தொகுதி மேம்பாட்டுத் திட்ட விழாவிற்கு அழைக்க வந்த அந்தச் சட்ட மன்ற உறுப்பினர் 'என்னால் அதிகமாகச் செய்ய முடியவில்லை, என்னால் முடிந்த தங்கவளையல்கள் மட்டுமே செய்தேன்' என்று பேச்சோடு பேச்சாக அமைச்சர் கக்கனிடம் கூறினார். 'அப்படியா பரவாயில்லை' என்று கூறி விழாவிற்கு வருவதாகத் தேதியும் கொடுத்து அனுப்பினார்.

அன்று இரவு வீடு திரும்பியதும் தம் மகனை அழைத்து நண்பர் பரிசளித்த வளையல்களைத் தம் மகளிடமிருந்து வாங்கி வரச் செய்து, தன்னிடம் வைத்துக் கொண்டார். விழாவிற்குச் சென்ற கக்கன் விழா முடிந்ததும் அவர் வீட்டிற்குச் சென்று, அவர் பரிசளித்த வளையல்களைத் திருப்பிக் கொடுத்தார். அந்தச் சட்டமன்ற உறுப்பினர் ஒன்றும் சொல்ல முடியாமல் திகைத்துப் போனார்.

'திருமணப் பரிசாகக் கொடுத்ததைத் திரும்பக் கொடுப்பது முறையன்று' என்று கூறினார். ஆனால், கக்கன் அவ்வாதத்தை ஏற்றுக்கொள்ளவில்லை, 'உங்கள் அமைச்சரின் மகளை நெஞ்சார வாழ்த்துங்கள், பரிசு ஏதும் வேண்டா' என்று பிடிவாதமாக அவ்வளையல்களைத் திருப்பிக் கொடுத்தார்.

எனவே கக்கன் தமக்கென வகுத்துக் கொண்ட வாழ்க்கைப் பாதையில் தடம் புரளாதவர். இவ்வாறு தம்மையே பிறருக்குப் பாடமாகக் காட்டிய சான்றாண்மை இவரிடம் இருந்தது.

தமக்கென வாழாது பிறர்க்கென வாழ்தல், அமிழ்தம் கிடைத்தாலும் தனித்திருந்து உண்ணாமை, எவரையும்

வெறுக்காது பிறர் அஞ்சுவதைக் கண்டு அஞ்சி அதனை நீக்க முயலுதல், புகழ் பொருட்டுத் தம் உயிரையும் கொடுக்கும் தன்மை, பழியால் உலகம் முழுவதும் ஆளக்கூடிய உயர்வு வந்தாலும் ஏற்றுக் கொள்ளாத மனம் ஆகிய சான்றாண்மைக் கொண்டொழுகிய பெரியோர்கள் உள்ளதால் தான் இவ்வுலகம் உள்ளது. இல்லையேல் உலகம் மண்ணோடு மண்ணாகி விடும் என்பதை உணர்த்தும்,

> "உண்டா லம்மவிவ் வுலக மிந்திரர்
> அமிழ்த மியைவ தாயினு மினிதெனத்
> தமிய ருண்டலு மிலரே முனிவிலர்
> தஞ்சலு மிலர்பிற ரஞ்சுவ தஞ்சிப்
> புகழெனி னுயிருங் கொடுக்குவர் பழியெனின்
> உலகுடன் பெறினுங் கொள்ளல ரயர்விலர்"

என்னும் புறநானூற்று வரிகளைக் கக்கனின் வாழ்க்கை நடைமுறைகளோடும் அவர் கடைப்பிடித்த சான்றாண்மை மிக்க செயல்களோடும் ஒப்பு நோக்கலாம்.

சான்றாண்மை என்ற சொல்லுக்குப் பொருள்கூற வந்த மொழிஞாயிறு தேவநேயப்பாவாணர் 'பல நற்குணங்களாலும் நிறைந்து அவற்றையாளுந் தன்மையை சாலுதல், நிறைதல்' என்பார், ஆம்! சான்றாண்மை என்ற சொல்லுக்கு ஓர் இமயக்கொடுமுடியாக இலங்கும் கக்கன், நேர்மை என்ற சொல்லுக்குள் பொருளாகப், பொருள் விரிவாகத் துலங்கினார் என்பது மறுக்க முடியாத உண்மை.

எனவே, நல்ல சான்றாண்மை மிக்க வாழ்க்கை நடைமுறைகளைக் கொண்டு வாழ்ந்து காட்டியதால்தான் இன்றும் மக்களில் மாண்புடைய நடையில் நின்றுயர் நாயகன் என்ற கம்பனின் வரிகளுக்கு இலக்கணமாகக் கக்கன் திகழ்கிறார்.

49. தனக்குரியோரானாலும் தடம் புரளான்

கக்கன் பொதுப்பணித்துறை அமைச்சராக இருந்த காலம். ஒரு பொது நிகழ்ச்சிக்கு அழைத்துப் போக அன்றைய சட்டமன்ற உறுப்பினர் டி.பி.ஏழுமலை கக்கனின் வீட்டிற்கு வந்திருந்தார். மரபு மாறாமல் அமைச்சரும் சட்டமன்ற உறுப்பினரும் மகிழுந்தில் புறப்பட்டனர். செல்லும் பாதையில் சாலைப்பணிகள் நடந்து கொண்டிருந்தன. பொதுப்பணித்துறை அமைச்சர் என்ற முறையில் மகிழ்ச்சியோடு பார்த்துக் கொண்டே சென்றார். அச்சாலைப் பணிகளை ஒப்பந்தமெடுத்துச் செய்து கொண்டிருப்பவர் ஏழுமலையின் நண்பரும் அவரால் உருவாக்கப்பட்ட பஞ்சாயத்து தலைவருமாவார். அந்த ஒப்பந்தக்காரர் அமைச்சர் கக்கன் வருவதைக் கண்டு இருகரம் கூப்பி வணங்கினார். கக்கனும் திரும்ப வணங்கி விட்டுத் தன்னுடன் மகிழுந்தில் அமர்ந்திருக்கும் ஏழுமலையின் பக்கம் திரும்பினார். பார்வையின் பொருளைப் புரிந்து கொண்டு ஏழுமலை 'இவர் தாம் இந்தச் சாலைப்பணியை ஒப்பந்தம் எடுத்துச் செய்பவர். நம்மக் கட்சிக்காரர்' என்று சொன்னார். 'அப்படியா?' என்று தலையசைப்போடு அவருக்கே உரித்தான புன்னகையோடு வேறு செய்திகளைப் பேசிக் கொண்டு நிகழ்ச்சிக்குச் சென்றார். நிகழ்ச்சி முடிந்து திரும்பும்போது மாலை 5மணியிருக்கும், எந்த இடத்தில் நின்று அந்த ஒப்பந்தக்காரர் வணக்கம் போட்டாரோ அந்த இடம் வந்ததும் மகிழுந்தை நிறுத்தச் சொன்னார். கக்கன் கூட இருந்த ஏழுமலைக்குக் காரணம் விளங்கவில்லை. ஏழுமலையை இறங்கச் சொல்லி தாமும் இறங்கினார். சாலைப்பணிகள் எப்படி செய்யப்பட்டுள்ளன? என்று பார்வையிட்டார். 'நீங்கள் பார்வையிடுவதாகச் சொல்லியிருந்தால் அந்த ஒப்பந்தக்காரரை இங்கேயே இருக்கச் சொல்லியிருப்பேனே' என்றார். ஏழுமலை, 'சரிசரி பார்க்கலாம்' என்று சொல்லி மகிழுந்து ஓட்டுனரை அழைத்துச் சாலையைத் தோண்டச் சொன்னார். அச்சாலைப் பணியில் இடப்பட்டிருக்கும் கருங்கல்,

கப்பி, மண் முதலியவற்றின் அளவுகளை உத்தேசமாகக் குறித்துக் கொண்டு வீடு திரும்பினார்.

மறுநாள் காலை அச்சாலைப் பணிக்குப் பொறுப்பான செயற்பொறியாளரை அழைத்து ஒப்பந்தப்புள்ளியில் குறிப்பிடப்பட்டிருக்கும் கருங்கல், கப்பி, மண் ஆகிய அளவுகளுடன் தாம் குறித்துக் கொண்டு வந்த அளவுகளையும் ஒப்பிட்டுப் பார்த்தார். ஒப்பந்தப்புள்ளியில் குறிப்பிட்டுள்ளது போல் பணி நடைபெறவில்லை என்பதைத் தெரிந்து உறுதி செய்து கொண்டு, அப்பணியைத் தொடர வேண்டா என்றும் செய்த பணிகளுக்குக் காசோலை வழங்க வேண்டா என்றும் ஆணையிட்டார். மேலும், அந்த ஒப்பந்தக்காரருக்குக் கொடுக்கப்பட்டிருக்கும் அனைத்துப் பணிகளையும் நிறுத்திவிட உத்தரவிட்டார். நடந்த செய்தியை அறிந்த ஒப்பந்தக்காரர் சட்டமன்ற உறுப்பினர் ஏழுமலையை அணுகி அமைச்சர் கக்கன் செய்துள்ள தடைகளை விலக்கி எப்படியும் சரிசெய்து தரும்படி வேண்டிக்கொண்டார். அவ்வேண்டுகோளை ஏற்ற ஏழுமலை கக்கனைச் சந்தித்துக் கேட்டார். 'என்ன ஏழுமலை, நமக்கு மக்கள் கொடுத்திருக்கிற இந்தப் பதவி, நாம் ஏதாவது நல்லது செய்வோம் என்று நம்பித்தானே கொடுத்திருக்கிறார்கள், அந்த மக்களின் நம்பிக்கைக்குப் பாத்திரமாக நாம் இருக்க வேண்டாவா?', ஒருவர் மக்களுக்குத் துரோகம் செய்கிறார் என்பதைத் தெரிந்து கொண்டு அதைத் தடுக்காமல் இருந்து விட்டால் நாமும் மக்களுக்குத் துரோகம் செய்கிறோம் என்றுதானே ஆகும். அப்படி மக்களுக்குத் துரோகம் செய்வதற்காகப் பதவியில் இருக்கலாமா?' என்று கக்கன் கேட்ட விதத்தில் ஏழுமலையின் கண்கள் பனித்தன. இவர் கலங்குவதைக் கண்ட கக்கன் 'கோபித்துக் கொள்ளாதீர்கள் ஏழுமலை நீங்களும் என்னைப் போன்று பொதுநலன் செய்வதற்காகவே பதவிக்கு வந்தவர் அதனால்தான் இவ்வாறு கூறினேன். கொடுத்த வேலையை முறையாகச் செய்து நமது மக்கள் நம்மீது கொண்ட நம்பிக்கையைக் காப்பாற்றச் சொல்லுங்கள்' என்று கூறி அனுப்பினார். நெஞ்சம் கனக்க அமைச்சர் அறையை விட்டு வெளியேறிய ஏழுமலை கக்கன் சொன்னதை அப்படியே மனத்தில் கொண்டு அந்த ஒப்பந்தக்காரரை முறையாகப் பணிகளைச் செய்ய வேண்டிக்

கொண்டார். அதுபோலவே அச்சாலைப் பணிகள் மீண்டும் சரியாகச் செய்த பின்னரே காசோலை வழங்கப்பட்டது. பிற பணிகளையும் தொடர்ந்து செய்ய அனுமதி வழங்கப்பட்டது.

இந்த நூலாசிரியரிடம் உடல்நலக்குறைவைப் பொருட்படுத்தாமல் ஆர்வமுடன் இச்செய்தியைக் கூறிய ஏழுமலை, சொல்லி முடிக்கும் போது நாத்தழுதழுத்துப் போனார். 'தமது கட்சியைச் சார்ந்தவர்களாக இருந்தாலும் தமது கட்சியைச் சார்ந்த சட்டமன்ற உறுப்பினர் வந்து கேட்டுக் கொண்டாலும் மனமறிந்து மக்களுக்குத் துரோகம் செய்வதை ஏற்றுக் கொள்ளாத மக்கள் தொண்டன்' என்று சொல்லி மனம் நெகிழ்ந்தார் ஏழுமலை.

50. கதர் உடை அணியாமல் விருந்து இல்லை

ஒருநாள் ஆளுநர் மாளிகை விருந்திற்காக அன்றைய சட்டமன்ற உறுப்பினர் டி.பி.ஏழுமலை மற்றும் அமைச்சர் கக்கன் இருவரும் கிளம்பினர். வீட்டுப் படிகளில் ஆவலுடன் நின்ற கக்கனின் பிள்ளைகளான காசிவிஸ்வநாதன், சத்தியநாதன் ஆகியோர் முகங்களைக் கண்டு அப்பிள்ளைகளையும் கக்கனின் தம்பி விஸ்வநாதனையும் கக்கன் விருந்திற்கு அழைத்தார்.அனைவரும் ஆர்வமுடன் ஆளுநர் மாளிகை விருந்திற்கு மகிழுந்தில் சென்று கொண்டிருந்தார்கள். பிள்ளைகளையும் தம்பியையும் தம்முடன் வர அனுமதித்த கக்கன் ஆளுநர் மாளிகையை நெருங்கியதும் பிள்ளைகளின் உடையைக் கவனித்தார். 'கதர்ச்சட்டை போடாமல் ஆளுநர் மாளிகைக்குப் போகலாமா?' என்று தமக்குத் தாமே கேட்டுக் கதராடை அணியாததால் அவர் கொண்ட கோபத்தைச் சொற்களால் பிள்ளைகளிடம் காட்டினார். உடனே மகிழுந்தையும் நிறுத்தச் சொன்னார். தம் மகன்கள் இருவர் மற்றும் தம் தம்பி விஸ்வநாதன் மூவரையும் ஆளுநர் மாளிகையின் முகப்பில் இறக்கி விட்டுப் பிள்ளைகளை அழைத்துக் கொண்டு பேருந்தில் வீட்டிற்குப் போகும்படி தம்பி விஸ்வநாதனைப் பணித்தார். பிள்ளைகள் இருவரும் அழத் தொடங்கினர். உடன் இருந்த டி.பி ஏழுமலை சமாதானம் சொல்லியும் கக்கன் சமாதானம் அடையவில்லை. 'கதர்ச்சட்டை அணியாமல், என்னுடன் வரலாமா? அதுவும் ஆளுநர் மாளிகைக்குச் செல்லலாமா?' என்று கூறும்போதே மகிழுந்து நகர்ந்தது. ஆசையாக விருந்துண்ண வந்த குழந்தைகள் அழுத கண்ணீரோடு வீடு திரும்பினர். அத்துணை அளவிற்குக் கதராடை அணிவதைத் தமது வாழ்க்கையோடு வாழ்க்கையாகக் கொண்டு நடந்தார். பிறரும் அவ்வாறு நடக்க வேண்டும் என்று எதிர்ப்பார்த்தார். 'எளிமையே எனது வாழ்க்கை' என்று மக்களுக்கு நடந்து காட்டிய காந்தியடிகளின் வாழ்க்கை நடைமுறையில் கக்கன் தம்மை முழுமையாக ஈடுபடுத்திக் கொண்டார். வாழ்க்கையின் அனைத்து நிலைகளிலும் காந்தியத் தொண்டனாகவே வாழ்ந்து காட்டினார். இதை எழுத்தாளர்

ஜெயகாந்தனின் 'யோசிக்கும் வேளையில்' என்ற நூலிலிருந்து 'அரைபிளேடும் அமைச்சரும்' என்ற தலைப்பில் குமுதம் வார இதழ் வெளியிட்ட துணுக்குச் செய்தி நமக்கு உறுதி செய்கிறது. இதோ அச்செய்தி...

51. அரைபிளேடும் அமைச்சரும்

நானும் அவரும் (அமைச்சர் கக்கன்) ஒரு சமயம் ஒரே இரயில் பெட்டியில் பிரயாணம் செய்ய நேர்ந்தது. இருவரும் மதுரை விருந்தினர் விடுதியில் ஒன்றாகத் தங்கினோம்.

நான் அக்காலத்தில் மிகவும் ஆடம்பரப் பிரியனாய் இருந்தேன். எலக்ட்ரிக் ஷேவரில் தான் சவரம்.ஒடிகோலன் கலந்த After Shave Lotion, ஸ்நோ பவுடர் இத்யாதிகளுடன் நான் இருப்பதைப் பார்த்துச் சிரித்தார் திரு.கக்கன்.

'இது என்னங்க அவ்வளவு பெரிய வேலையா? நம்ம வழக்கம் இவ்வளவு தாங்க' என்று சொல்லி ஒரு பிளேடை எடுத்தார். குறுக்கில் பாதியாக உடைத்தார். ஒரு பாதியால் மளமளவென்று முகச்சவரம் செய்து கொண்டார். ஒரு கீறல், ஒரு வெட்டு, சிறு ரத்தக் கசிவு ஒன்றுமில்லாத அந்த லாவகத்தை நான் ரசித்தேன்.

அவரது குரலும் சிரிப்பும் என் செவியில் இப்போதும் ஒலிக்கிறது. சிந்தையில் அவர் முகம் தெரிகிறது. மேலும் திரு. கக்கன் சொன்னார்,

'இது ஜெயிலிலிருந்த காலத்துப் பழக்கம், மந்திரியானா மாறிடுமா? ஒரு சின்ன வித்தியாசம் உண்டுங்க, அந்தப் பாதியை இப்ப சமயத்திலே மறந்து அப்படியே போட்டுடறேன். முந்தியெல்லாம் அதையும் பத்திரமா எடுத்து வெச்சுக்குவோம். எப்பவும் சிக்கனமா இருக்கிறது தாங்க நல்லது'

நான் காந்திஜியை நினைத்தேன்

–ஜெயகாந்தனின்,

'யோசிக்கும் வேளையில்....' என்ற நூலிலிருந்து.

இவ்வாறு தமது வாழ்வின் அனைத்து நிலைகளிலும் காந்தியின் தொண்டனாக வாழ்ந்து காட்டியவர் கக்கன். அரசியலில் பெறுகிற வெற்றி என்பது தொண்டு செய்ய மக்கள் தமக்கு வழங்கும் ஆயுதம் என்பதில் ஆழ்ந்த நம்பிக்கைக் கொண்டிருந்தார்.

'சமுதாயத் தொண்டு செய்ய அரசியல் பணியின் உதவியை எடுத்துக் கொள்கிறேன்' என்ற காந்தியடிகளின் வாக்கினைக் கக்கன் தமது வாழ்க்கையாகவே அமைத்துக் கொண்டார்.

52. தலைவனுக்கேற்ற தொண்டன்

இன்றைய அரசியல் சூழல்களை உன்னிப்பாகப் பார்த்துக் கொண்டிருக்கும் மக்களுக்கு, உண்மையான தொண்டன் யார்? என்று அடையாளம் கண்டு கொள்ள முடிவதில்லை. தமது அரசியல் உயர்விற்காகத் தொடர்வண்டி நிலையத்தில் பலநூறு பொது மக்கள் முன்னிலையில் காலில் விழுந்து வணங்கி வரவேற்ற தொண்டன் கூடத் தனது தலைவனை எதிர்த்து ஒரு தனிக்கட்சி தொடங்கும் அவல நிலையைத் தமிழகத்தில் காண முடிகிறது. ஆனால், எந்தச் சூழலிலும் தம்மை மாற்றிக் கொள்ளாமல் பெருந்தலைவர் காமராசரைத் தலைவராக ஏற்று நடந்து கொண்ட கக்கனை, அரசியல் உலகம் வியப்புடன் நினைத்துப் பார்க்கிறது.

1967 ஆம் ஆண்டு பொதுத்தேர்தல் முடிந்து, அத்தேர்தலில் கட்சி பெற்ற இடர்பாடுகளை ஆராய்ந்து, மாநிலப் பொறுப்பாளர்களை நியமனம் செய்யப் பெருந்தலைவர் காமராசர் முனைப்பாகச் செயல்பட்டார். மாநிலத் தலைவராகத் திரு.சி.சுப்பிரமணியம் அவர்களையும், கக்கனைத் துணைத் தலைவராகவும் நியமனம் செய்யப் போவதாக செய்திகள் வெளியாயின. 1955 ஆம் ஆண்டு மாநிலத் தலைவராகவும் அதன்பின் அமைச்சராகவும் இருந்து கட்சியில் மூத்த தலைவர் என்ற நிலையை அடைந்த கக்கனை சி.சுப்பிரமணியம் அவர்களின் கீழ்த் துணைத்தலைவராக நியமனம் செய்வதைக் கக்கனின் மீது அன்பு கொண்ட பாரமலை போன்ற பல தொண்டர்களால் ஏற்றுக்கொள்ள முடியவில்லை. அதனால் திரு.பாரமலை, கக்கனைச் சந்தித்து 'இந்த உதவித்தலைவர் நியமனத்தை நீங்கள் ஏற்றுக் கொள்ளக்கூடாது. மூத்த தலைவரான உங்களை இழிவுபடுத்துவது போல இருக்கிறது' என்று வாதிட்டார். ஆனால், கக்கன் அந்த வாதங்களை ஏற்றுக்கொள்ளவில்லை. 'பெருந்தலைவரை நம் தலைவராக ஏற்றுக் கொண்டிருக்கிறோம். தலைவர் என்ன ஆணையிடுகிறாரோ அதை ஏற்று நடைமுறைப்படுத்துவதே ஒரு தொண்டனின் கடமை' என்று கூறிவிட்டார் என்றாலும்,

திரு. பாரமலை பெருந்தலைவரைச் சந்தித்து நிலைமையை விளக்கிக் கூறினார். 'நீ சொல்வதெல்லாம் சரிதான் எனக்கும் அது தெரியாமல் இல்லை. ஆனால், அவர் தேர்தலில் தோற்று சென்னையில் இருக்க இடமின்றி இருக்கிறார். அவர் தொடர்ந்து அரசியல் நடத்தவும் அவரைச் சென்னையில் தங்க வைக்கவும் இதைத்தவிர அரசியலில் வேறு வழி எனக்குத் தெரியவில்லை. உனக்குத் தெரிந்தால் சொல்' என்றார் காமராசர். காங்கிரஸ் கட்சியின் மிக உயர்ந்த பதவியான அகில இந்திய காங்கிரஸின் தலைமைப் பொறுப்பில் இருந்தாலும் கக்கன் என்ற ஒரு தனிப்பட்ட மனிதரின் மீது எத்துணை அளவு பெருந்தலைவரின் தனிப்பட்ட பார்வை இருந்தது என்பதைப் பாரமலை இன்றும் நினைவு கூறுகிறார்.

தாம் மூத்த கட்சித்தலைவர்களில் ஒருவராக இருந்தாலும் பெருந்தலைவரால் கொடுக்கப்பட்ட தமிழகத்தின் மாநிலத் துணைத்தலைவர் பொறுப்பை ஏற்றுப் பணியாற்றி வந்தார். தலைவரின் ஆணை தொண்டனின் கடமை என்ற அளவில் அவரை வைத்து கொண்டாரே தவிர வேறு எந்தவித உயர்வு தாழ்வு என்ற சிந்தனைக்கும் தமது மனத்தை ஆட்படுத்திக் கொள்ளவில்லை.

53. தொண்டனைப் பார்க்க வந்த தலைவன்

பெருந்தலைவர் காமராசர் பல நேர்வுகளில் கக்கனின் இல்ல உறுப்பினராகவே நடந்திருக்கிறார். கக்கனின் மகள் கஸ்தூரி, பள்ளியில் படிக்கும் காலத்தில் மாநகரப் பேருந்திற்குக் காத்திருக்கும் வேளையில் மகிழுந்தில் போகும் பெருந்தலைவர் தமது மகிழுந்தை நிறுத்திக் கஸ்தூரியைத் தம்முடன் அழைக்க, தயக்கம் காட்டிய கஸ்தூரியிடம். 'இது பெரியப்பா கார் தானம்மா தயங்காமல் ஏறிக்கொள்' என்று அன்புடன் அழைத்து வீட்டில் விட்டுச் சென்ற நிகழ்வும் உண்டு. ஒரு தொண்டனைக் காணப்பெருந்தலைவர் வீடு தேடி வந்தார் என்ற செய்தி மிகவும் மகிழத்தக்க செய்தி என்பதைவிடக் கக்கனுக்கும் காமராஜருக்கும் இருந்த நெருக்கத்தைக் காட்ட இதைவிட வேறு சான்று தேவையில்லை.

இதனை உறுதி செய்ய 1996ஆம் ஆண்டு செப்டம்பர் முதல் நாள் தினமலர் நாளிதழ் வெளியிடும், வாரமலரில் நடராசன் என்பவர் எழுதி வெளியான கடிதம் சான்றாக அமைந்துள்ளது. கக்கனிடம் நீண்ட நாள் நேர்முக உதவியாளராய் இருந்த கே.ஆர். நடராசன்தான் இந்த மடலை எழுதி இருக்கக்கூடும் என்று தோன்றுகிறது, இதோ அக்கடிதத்தின் ஒரு பகுதி,

''மயிலை அஜந்தா ஹோட்டல் பக்கத்துச் சந்தில், கிருஷ்ணாபுரம் தெருவில் இருந்த வாடகை வீட்டிற்குத், திடீரென்று ஒருநாள் மாலை 7.00 மணியளவில் கக்கன்ஜியைப் பார்க்கக் காமராசர் வந்தார். காமராசர் வருவார் என்று கக்கன்ஜி கனவிலும் எண்ணியிருக்க மாட்டார். பெரியவரைப் பார்த்ததும் நிலை தடுமாறி விட்டார், 'என்னஙகய்யா நீங்க என் வீட்டுக்கு வருவதா?' என்று சொல்லி முடிப்பதற்கும், 'ஏன் நான் வந்தது தப்பா?' என்றார் அந்த ஏழைப் பங்காளரான காமராசர்.

'சரி, சரி..... என்ன கக்கன்... வீடு ரொம்ப சின்னதா இருக்கு? உங்கள் குடும்பமோ பெரிசு, இருந்தாலும், 'அட்ஜஸ்ட்' செஞ்சிப்பீங்கன்னு எனக்குத் தெரியும்'. என்றார் காமராசர், காமராசரின் கைகளைப்பற்றிக் கொண்டு கக்கன்ஜி சொன்னார்.

‘தும்பைப்பட்டி என்னும் குக்கிராமத்தில் தோட்டி பூசாரிக்கக்கனின் மகனாகப் பிறந்த என்னை, ஊருக்கு, நாட்டிற்குத் தெரிய வைத்து ஸ்தாபனத் தலைவராக்கினீர்கள்; பத்தாண்டுகள் மந்திரியாகவும் இருக்கச் செய்தீர்கள்; முக்கியமான இலாகாக்களின் பொறுப்புகளையும் என்னிடம் நம்பிக் கொடுத்தீர்கள். இதுவே எனக்குப் போதும்.’ என்று கக்கன் நாத்தழுதழுக்கச் சொன்னார், காமராசர் நெகிழ்ந்து போனார்!.

புறப்படுமுன் உரிமையுடன் காபியைக் கேட்டு வாங்கி அருந்திச் சென்றார் காமராசர். செல்லுமுன், வீட்டை ஒருமுறை வலம் வந்தார், அக்கம் பக்கத்துக்காரர்கள் எல்லாரும் வியப்புடன் தலைவரையும் தொண்டரையும் பார்த்து மனம் நெகிழ்ந்தனர்.

54. அமைச்சர் பணியில் கக்கன்

1957ஆம் ஆண்டு காமராசர் தலைமையிலான அமைச்சரவையில் கக்கன், வேளாண்மை, கால்நடைக் காப்பு, தாழ்த்தப்பட்டோர் நலம் ஆகியவற்றின் துறை அமைச்சராகப் பொறுப்பேற்றார். பிறகு 1962ஆம் ஆண்டு காமராசர் தலைமையில் மீண்டும் அமைச்சர் ஆனார். 1963ஆம் ஆண்டு பக்தவச்சலம் தலைமையிலான அமைச்சரவையிலும் அமைச்சரானார். இந்த அமைச்சரவையில் மிகப் பெரிய பொறுப்புத் துறைகளான உள்துறை, காவல்துறை, நீதி மற்றும் சிறைத்துறை, தொழிலாளர் நலத்துறை, அறநிலைத்துறை மற்றும் தாழ்த்தப்பட்டோர் நலத்துறை ஆகிய துறைகளின் அமைச்சராக இருந்தது வரலாற்றில் நினைவு கொள்ள தக்கது. இவருக்கு முன்னும் பின்னும் தனித்தொகுதியில் நின்று வெற்றி பெற்று அமைச்சரான எவரும் இத்துணைத் துறைகளைக் கொண்டு அமைச்சராக இருந்ததில்லை என்றே சொல்லலாம்.

வேளாண்மை

விடுதலைக்குப் பின் நாட்டின் நலன் என்பது அடிப்படைக் கல்வி, உணவு உற்பத்தி, சாலை மேம்பாடு, நீர்ப்பாசனம் போன்ற துறைகளில் கவனம் செலுத்துவது தான். ஆனால், மேற்சொன்ன துறைகளில் இடப்படும் திட்டங்கள் நீண்டகாலம் பயன்தரும் திட்டங்களாக அமைந்தால்தான் நாட்டின் வளர்ச்சியைக்கான முடியும். இதனை மனத்தில் கொண்டு இவர் முதன் முதலில் அமைச்சரான 1957லேயே நீண்டகால வேளாண்மைத் திட்டங்களை வகுத்தார். 1963/66 ஆம் ஆண்டு உணவு காலக்கட்டத்தில் தானிய உற்பத்தி 65 இலட்சம் டன் என்ற அளவை எட்ட வேண்டும் என்ற மிகப்பெரிய திட்டத்தை முன்வைத்து செயற்பட்டார். இதற்காக உர விற்பனையை முறைப்படுத்தி விவசாயிகளின் தேவைக்கேற்ப உரம் கிடைக்க வழிவகை செய்தார். மேலும் பசுந்தாளுரம் என்பதை அறிமுகம் செய்து ஊராட்சி ஒன்றியத்தின் மூலமாக

அதை நடைமுறைப்படுத்தினார். கூட்டுறவு விற்பனைக் கூடங்கள் தொடங்கி விவசாயிகளுக்கான பொருள்கள் வழங்க ஆவன செய்தார்.

அணைக்கட்டுகள்

தமிழகத்தில் இருக்கும் பெரும்பாலான அணைக்கட்டுத் திட்டங்கள் இவர் காலத்தில்தான் திட்டமிடப்பட்டன. ஆரணி, மணிமுத்தாறு, அமராவதி போன்ற அணைக்கட்டுப் பாசனத் திட்டங்கள் வடிவமைத்து நடைமுறைப்படுத்தப்பட்டன.

மேலும், மேட்டூர் அணையின் உயரத்தை அதிகரிக்கத் திட்டம் கொண்டு வரப்பட்டதை நினைவு கூரவேண்டும். வைகையாறு, பாலாறு ஆகிய திட்டங்கள் வறண்ட தென்மாவட்டங்களான மதுரை, இராமநாதபுரம், தூத்துக்குடி போன்ற மாவட்டங்களின் பாசன நலனுக்கென்றே கொண்டவரப்பட்டன.

இவை அனைத்தையும் ஒருங்கிணைக்கும் வகையில் 1959ஆம் ஆண்டு செப்டம்பர் ஏழாம் நாள் கக்கனால் திறந்து வைக்கப்பட்ட 'பூண்டி நீர்ப்பாசன ஆய்வு மையம்' தமிழகத்தின் நீர்ப்பாசன திட்டங்களின் முத்தாய்ப்பாக அமைந்தது.

ஒவ்வொரு நிதிநிலைக் குழுவையும் சந்தித்து அணைக்கட்டுத் திட்டங்களுக்கான நிதியைத் தடையின்றிப் பெற்று, அந்தந்தக் கால இடைவெளிக்குள் செய்து முடித்தார் என்பதும் சில அணைக்கட்டுகள் அதற்காக ஒதுக்கப்பட்ட நிதிக்குள்ளாகவே கட்டி முடிக்கப்பட்டு அரசு செலவில் சேமிப்புக் காட்டப்பட்டது என்பதும் தமிழக வரலாற்றில் நினைவு கொள்ளத்தக்கனவாகும்.

இந்திய நாட்டின் அழைப்பை ஏற்று இந்தியா வந்திருந்த செருமானிய நாட்டு வேளாண் அமைச்சர் எச்.கோய்ச்சல் கலந்த கொண்ட உயர்மட்டக்குழு கூட்டத்தில் கக்கனும் கலந்து கொண்டார். 8.2.1967ஆம் ஆண்டு கையொப்பமான இந்தோ-ஜெர்மன் விவசாய ஒப்பந்தம் நடைபெறுவதற்குக் கக்கனும் ஒத்துழைத்தார். விவசாயிகளின் விளைபொருளுக்குத் தகுந்த விலை தரப்பட வேண்டும் என்பதில் கவனமாக இருந்தார்.

55. உணவு உற்பத்தி

'மதிப்பிற்குரிய கனம் சபாநாயகர் அவர்களே! நேற்றைய தினம் *(22.03.1965)* இந்த முக்கியமான, பெருமை பொருந்திய விவசாய மானியத்தின் கீழ் பல அங்கத்தினர்கள் கலந்துகொண்டு சொற்பொழிவு ஆற்றினார்கள். சில நல்ல ஆலோசனைகளும் கூறியிருக்கிறார்கள் என்பதையும் நான் ஒப்புக்கொள்கிறேன்.

அந்த நல்ல ஆலோசனைகள் எல்லாம் அரசாங்கத்தினால் பரிசீலிக்கப்படும். அதன் மூலமாகப் பலன்கள் மக்களுக்குக் கிடைக்கும்பொழுது அரசாங்கம் மிகவும் சந்தோஷம் அடையும் என்பதையும் இந்தச் சந்தர்ப்பத்தில் சொல்லிக் கொள்ள ஆசைப்படுகிறேன்.

உணவு, உற்பத்தியைப் பொருத்தமட்டில், நம்முடைய மாநிலத்திலே தொடர்ந்து வெற்றியைக் கண்டு கொண்டு வருகிறோம் என்பதை மதிப்பிற்கு உரிய அங்கத்தினர்களுக்கு நான் சொல்லிக்கொள்ள விரும்புகிறேன்.

ஆனால், ஒவ்வொரு வருடமும் நாம் 'டார்ஜெட் பிக்ஸ்' பண்ணும் பொழுது அடைந்திருக்கிற 'அச்சீவ்மெண்டை' (சாதனை) பார்ப்பதைவிட, மொத்தமாக ஐந்து வருடங்களிலும் நாம் கொண்டிருக்கிற லட்சியத்தை எவ்வாறு அடைய வேண்டும் என்பதைத்தான் பார்க்க வேண்டும். ''அச்சீவ்மெண்ட்' குறைந்து விட்டால் நாம் ஒன்றுமே செய்யவில்லை என்று சொல்வதில் அர்த்தமே (பொருளே) இல்லை!

திட்டம் என்பதே ஐந்து வருடங்களில் எவ்வாறு வெற்றி காணமுடியும் - என்ன வெற்றி கண்டிருக்கிறோம் என்பதை எல்லாம் பார்க்க வேண்டும் என்பதுதான். அப்படிப் பார்த்தால் நம்முடைய மாநிலத்திலே உணவு உற்பத்தித் திட்டத்தின் கீழ் 1961ஆம் ஆண்டில் நம்முடைய டார்ஜெட் 3.1டன் என்று போட்டிருந்தாலும், அச்சீவ்மெண்ட் (சாதனை) 2.27டன் ஆகியிருக்கிறது.

1963-64 ஆண்டுகளில் பார்க்கும்போது, 2.26 டன் என்று நாம் போட்டிருந்தாலும் 2.70 டன் ஆகியிருக்கிறது. அதாவது கூடுதலாக ஆகியிருக்கிறது.

அதிகாரிகளின் ஒத்துழைப்புடனும் பொது மக்களின் ஒத்துழைப்புடனும் எவ்வளவு தூரம் உணவு உற்பத்தியைப் பெருக்க ஏற்பாடு செய்ய வேண்டுமோ, அதைச் செய்ய அரசாங்கம் முன்வரும். எப்போதுமே நினைத்த மாதிரி எதுவும் நடந்துவிடாது. நினைப்பதை நடைமுறைக்குக் கொண்டுவர அரசாங்கம் பாடுபடும் என்று தெரிவித்துக் கொள்கிறேன்.

உணவு உற்பத்தியைப் பொருத்தமட்டில், அதிகமாக உற்பத்தி செய்ய வேண்டும் என்றால், பல வழிகளில் ஒத்தாசை தேவையாக இருக்கிறது. மண் வளம் நன்றாக இருக்க வேண்டும். பருவ மழை நன்றாக இருந்து பாசன வசதி சிறப்பாக இருக்க வேண்டும். பொறுக்கு விதைகள் நல்ல முறையில் கொடுக்கப்பட வேண்டும். அதே சமயத்தில், பயிருக்கு நோய் வராமல் தடுக்க, பயிர்ப் பாதுகாப்பு கொடுக்க வேண்டும். அதே சமயத்தில், விவசாயிகளுக்கு (உழவர்களுக்கு) க் கடன் உதவி செய்ய வேண்டும்.

விவசாயப் பெருமக்களில் பெரும்பகுதியினர் ஏழை மக்கள்தான். அவர்கள் உற்பத்தி செய்யக்கூடிய தானியத்துக்கு நல்ல விலை கிடைக்கக் கூடிய வகையில் 'மார்க்கெட்'டிங்குக்கு (பங்கு விற்பனைக்கு) அரசாங்கம் ஏற்பாடு செய்ய வேண்டும். இந்த முறையில் அரசாங்கம் விவசாயிகளுக்கு உதவி செய்யப் பாடுபட்டு வருகிறது.

கன்னியாகுமரி ஜில்லாவில் உணவு உற்பத்தியைப் பெருக்குவதற்காகப் பல திட்டங்களை நிறைவேற்ற வேண்டும் என்று மதிப்பிற்குரிய சிதம்பரநாத நாடார் அவர்கள் சொன்னார்கள். பி.டபிள்யு.டி (பொதுப் பணித் துறை) மூலமாகப் பரிசீலனை செய்து, அங்கே பல திட்டங்களை நிறைவேற்றுவதற்கு அரசாங்கம் முயற்சி எடுத்துக்கொண்டு இருக்கிறது. கன்னியாகுமரி ஜில்லா நம்முடைய தமிழகத்தினோடு சேர்ந்த பிறகு, நல்லமுறையில் அந்த வட்டாரத்தில் பல ஒத்தாசை உதவிகளைச் செய்து, பல பெரிய திட்டங்களை எல்லாம் செய்து கொடுத்திருக்கிறோம்.

அடுத்ததாக, மதிப்பிற்குரிய திரு. அர்த்தநாரீசுவர கவுண்டர் அவர்கள் பேசும்போது, விதைப் பண்ணைகளைப் பற்றிக் குறிப்பிட்டார்கள். சாதாரணமாக விதைப் பண்ணையிலிருந்து விதைகளைக் கொடுக்கும்போது, அவற்றை நன்றாகப் பரிசீலித்து, சரியாக முளைக்கிறதா இல்லையா என்பதைச் சோதனை செய்து பார்த்த பின்னால்தான் விவசாயப் பெருமக்களுக்குக் கொடுக்கவேண்டும் என்று அரசாங்கம் கட்டளை இட்டிருக்கிறது. அவர்கள் பொதுவாகச் சொன்னார்கள்.

அப்படி இல்லாமல், எந்தப் பண்ணையில் – யாரிடத்தில் – எப்போது – வாங்கினர்கள் என்பதைச் சொன்னால், ஏன் அவ்வாறு கொடுக்கப்பட்டது என்பதைப் பற்றி என்னால் விசாரிக்க முடியும்'.

திரு. கே. எஸ் அர்த்தநாரிசுவர கவுண்டர்:

கனம் சபாநாயகர் அவர்களே!

என்னுடைய ஊரின் பக்கத்தில் உள்ள அம்மாப்பேட்டை (சேலம் மாவட்டம்) பிர்க்காவில் இருக்கும் பஞ்சாயத்து யூனியனில் ஐந்து மூட்டை விதைகள் வாங்கினேன். அவற்றை 50 சென்ட் நிலத்தில் போட்டும் கூட, சரியாக வரவில்லை. இதை என் சொந்த அனுபவத்திலிருந்து சொல்கிறேன்.

மாண்புமிகு அமைச்சர் பூ. கக்கன்:

கனம் அங்கத்தினர் அவர்களுக்குக் கொடுக்கப் பட்டபோது, அந்த விதைப் பண்ணையில் விதைகளைப் பரிசீலனைச் செய்து பார்த்தீர்களா என்று கேட்க வேண்டும். இதையெல்லாம் நிச்சயமாக நான் விசாரிக்கிறேன். ஏதோ சொல்லித் தட்டிக்கழிக்க நான் தயாராக இல்லை. ஆனால், இதை வைத்துக்கொண்டு எல்லா இடத்திலும் இருக்கும் என்று சொல்லிவிட முடியாது.

புலவர் கா. கோவிந்தன் (தி.மு.க.):

இது ஒரு இடத்தில் மட்டுமல்ல, எல்லா இடங்களிலும் இப்படித்தான் இருக்கிறது.

மாண்புமிகு அமைச்சர் பூ. கக்கன்:

எல்லா இடங்களிலும் இப்படித்தான் இருக்கிறது என்று சொல்லிவிட முடியாது. ஒன்றிரண்டு இடங்களில் இருக்கிறது என்று குறிப்பிட்டுச் சொன்னால் அதை நான் விசாரிக்கிறேன்.

விதை வழங்கும்போது பரீட்சார்த்தமாகப் (சோதனை முறையாக) பார்த்துப் பரிசீலனை செய்த பின்னால்தான் – அதாவது, விதை முளைக்கிறதா இல்லையா என்பதைப் பார்த்த பின்னால் தான் – விதைகள் வழங்கப்பட வேண்டும் என்று அரசாங்கம் கட்டளை இட்டிருக்கிறது.

ஒருவேளை பஞ்சாயத்துக்கள் தேர்ந்தெடுத்து அனுப்புகின்ற கிராம உதவியாளர்கள் மூலம் ஏதாவது தில்லுமுல்லுகள் ஏற்பட்டு இருக்கின்றதா என்பதையும் விசாரிக்க வேண்டும். இப்போது இம்மாதிரியான தவறுகள் ஏற்படக்கூடாது என்று அரசாங்கம் தக்க ஏற்பாடு செய்திருக்கிறது என்பதைத் தெரிவித்துக் கொள்கிறேன்.

இவ்வாறு உறுப்பினர்களின் கேள்விகளுக்குப் பொருத்தமான பதில் கூறுவதன் மூலம் எதுவும் தவறு நடக்க வில்லை என்று முழுப் பூசனிக்காயை சோற்றுக்குள் மறைக்க முயலாமல் உண்மையை எதிர் கொள்ளத் தயாராயிருக்கும் பண்பு கக்கனுக்கு இருந்திருக்கிறது.

56. பாசன வசதி

பாசன வசதியைப் பொருத்தமட்டில், உணவு அமைச்சர் அவர்கள் மானிய விவாதத்தின்போது, 'நாம் அநேகமாகப் பெரிய நீர்ப்பாசனத் திட்டங்களை முடித்துவிட்டோம். மத்திய தர மற்றும் சிறிய தர நீர்ப்பாசனத் திட்டங்களை மத்திய சர்க்கார் (அரசு) கொடுக்கின்ற உதவிகளைக் கொண்டு உணவு உறபத்தியைப் பெருக்கும் வகையில் கண்மாய்களை ஆழப்படுத்துதல், மடைகளைச் சரிசெய்தல், புதிய குளங்களை வெட்டுதல் போன்ற திட்டங்கள் மேற்கொள்ளப்படும்'.

"அந்நிய ஆட்சிக் காலத்தில் சமீன்தாரர்கள் கையில் இருந்த நிலப் பகுதியில் இருந்த குளங்கள் எல்லாம் மேடிட்டுக் கிடக்கின்றன. மடைகள் எல்லாம்கூட சரிவர இல்லை. மத்திய சர்க்கார் உதவியைக் கொண்டும், பஞ்சாயத்து மூலமாகவும், இவற்றையெல்லாம் எவ்வளவு தூரம் செப்பனிட முடியுமோ அவ்வளவு தூரம் செப்பனிட ஏற்பாடுகளைச் செய்து, உணவு உற்பத்தியைப் பெருக்க அரசாங்கம் பாடுபட்டு வருகிறது என்பதை இந்தச் சமயத்தில் தெரிவித்துக் கொள்கிறேன்". என்று தனது திட்டத்தைச் சட்டமன்றத்தில் தெளிவாக எடுத்து வைக்கிறார் கக்கன்.

57. உர உற்பத்தி வினியோகம்

“மதிப்புக்குரிய சகோதரர்கள் இரசாயன உரங்களைப் பயன்படுத்துவதால் உற்பத்தியில் எதிர்பார்க்கும் முன்னேற்றத்தைக் கண்டுவிட முடியாது என்று சொன்னார்கள், மதிப்புக்குரிய சீமைச்சாமி அவர்களும் கரியமாணிக்கம் அம்பலம் அவர்களும் அவ்வாறு குறிப்பிட்டார்கள். அதை நான் ஒத்துக்கொள்ளமுடியாது. இரசாயன உரங்களைப் பயன்படுத்துவதன் காரணமாகத்தான் எல்லா ஜில்லாக்களிலும் நல்ல விளைச்சல் கண்டிருக்கிறது.

சட்டசபை அங்கத்தினர்களில் பெரும் பகுதியினர் விவசாயப் பெருமக்கள் தான். இரசாயன உரத்தைப் பயன்படுத்துவதன் காரணமாக, உற்பத்தி அதிகரிக்கிறதா அல்லது குறைகிறதா என்பதை முடிவுசெய்யும் தீர்ப்பை அவர்களுக்கே விட்டுவிடுகிறேன்.

தஞ்சையில் பாக்கேஜ் ஸ்கீமில் (ஒருமித்த செயல்முறைத் திட்டப்படி) அதிகப்படியாக உற்பத்தியான காரணத்தில்தான், பஞ்ச காலத்தில் டன் டன்னாக அரிசியை மக்களுக்குக் கொடுக்க முடிந்தது. இதையெல்லாம் கனம் அங்கத்தினர்கள் சிந்தித்துப் பார்க்க வேண்டும். இரசாயன உரத்தால் பலன் இல்லை என்று சொல்லக்கூடாது என்று கேட்டுக் கொள்கிறேன்.

‘விவசாயப் பெருமக்களுக்குக் கால்நடை (விலங்குகள்) மேய்ச்சல் நிலம் ஏற்படுத்திக் கொடுக்கப்பட்டு இருக்கிறது. மேய்ச்சல் நிலங்களைச் சிலர் ஆக்கிரமித்து விட்டார்கள். பழச்செடி வைக்கப் பஞ்சாயத்திலிருந்து எடுத்துக் கொண்டுவிட்டார்கள். அதற்குத் தக்க ஏற்பாடு செய்ய வேண்டும்’ என்று மதிப்புக்குரிய கரியமாணிக்க அம்பலம் அவர்கள் கூறினார்கள். இதைப்பற்றி அச்சடித்துக் கொடுத்திருக்கும் புத்தகத்தைப் பார்த்தாலே தெரியும்.

தழை உர உற்பத்தி திருப்திகரமாக இல்லாமல் இருப்பதைத் தெரிந்து, அதற்கென ஒரு முன்னோடித் திட்டம் குறிப்பிட்ட

சில கிராமப் பஞ்சாயத்துகளில் 1963-64 ஆண்டுகளில் ஆரம்பிக்கப்பட்டது. தேர்ந்தெடுக்கப்பட்ட இடங்களில் ஒவ்வொன்றுக்கும் கிணறு வெட்டவும், பம்பு செட்டுகள் (நீர்க்குழாய் யந்திரங்கள்) பொருத்தவும், ரூ.5,500/- நீண்டகால உதவி அளிக்கப்படுகிறது. குறுகிய காலக் கடனாக ரூ.1,000/- அளிக்கப்படுகிறது. விவசாய மேஸ்திரி (மேற்பார்வையாளர்) ஒருவருடைய சேவையையும் இனாமாக அளித்து, தழை உர விதைகள் உற்பத்தி செய்யப்படுகின்றன. இத்திட்டத்தை மேலும் நீட்டித்து, 1965-66 ஆண்டுகிளல் 30 புதிய இடங்களில் அமலாக்கப்படும்''.

இவ்வாறு பேரவையில் உர உற்பத்தி பற்றிய உறுப்பினர்களின் கேள்விகளுக்குப் பொறுப்பான முறையில் பதில் அளித்துச் சிறப்பாகத் தமது கடமை ஆற்றிய பெருமை அமைச்சர் கக்கன் அவர்களைச் சாரும்.

58. கால்நடை மற்றும் உணவு உற்பத்தி

''கால் நடைகளுக்குத் தீவனம் (இரை – உணவு) கிடைப்பதற்குப் பரீட்சார்த்தமாகச் சில ஏற்பாடுகளைச் செய்திருக்கிறார்கள். அவையெல்லாம் சீக்கிரத்தில் அமலாக்கப்படும் என்று தெரிவித்துக் கொள்கிறேன். கால்நடைகள் தீவிரத் திட்டத்தின் மூலமாகக் கழிவுகள் உரப் பண்ணை எங்கெல்லாம் இருக்கிறதோ அங்கெல்லாம் புல் வளர்க்கப்பட்டு, நகரத்தில் இருக்கும் மாடுகளுக்கும் நல்ல தீனி கிடைக்க ஏற்பாடு செய்திருக்கிறார்கள்.

இப்போது பஞ்சாயத்து யூனியன் தலைவர்கள் பொறுப்பை வயதில் முதிர்ந்தவர்கள் ஏற்றுக்கொண்டு இருப்பதாகக் குறிப்பிட்டார்கள். நான் பஞ்சாயத்து யூனியன் தலைவர்களைக் கேட்டுக் கொள்வது – கால்நடைகளுக்கு என்று ஒதுக்கப்பட்ட இடங்களில், ஆடு மாடுகளுக்குத் தீனி கிடைக்கும் வகையில் அவற்றைப் பயன்படுத்திக் கொள்ளவேண்டும் என்பதுதான்.

அந்த நிலங்களையெல்லாம் ஆக்கிரமித்து விடுகிறார்கள். பழச்செடிகள் வைத்து விடுகிறார்கள் என்று சொன்னார்கள். மேய்ச்சல் நிலங்களில் அந்த மாதிரிப் பழச்செடிகளை வைக்காமல் நல்லமுறையில் மேய்ச்சலுக்குத் தகுந்தவாறு அவற்றை வைத்துக்கொள்ள முன்வர வேண்டும் என்று இந்தச் சமயத்தில் கேட்டுக் கொள்கிறேன்.

நேற்றைய தினம் *(22.03.1965)* அங்கத்தினர்கள் பேசும்போது, கிணறு வெட்டுவதிலே 'ரிவர் பம்பிங் ஸ்கீமில்' (ஆற்றுக்குழாய் நீர் மட்டத்தில்) பொதுவாகக் கிணறு வெட்டுவது பற்றிப் பலர் கூறினார்கள்.

ஸ்ரீமதி பொன்னம்மாள் அவர்களும் இதர அன்பர்களும் கூறினார்கள். குறிப்பாக, அந்தத் திட்டங்களை எடுத்துப் பார்ப்போமேயானால், பொதுவாகக் கிணறு வெட்டும்போது, நூற்றுக்கு நூறு அதிக லாபம் இல்லாவிட்டாலும் ரொம்ப நஷ்டம் (இழப்பு) வந்துவிடக் கூடாது. உணவு உற்பத்தியில் லாப – நஷ்டத்தைப் பார்க்காமல் எவ்வளவு தூரம் விவசாயிகளுக்கு நன்மை செய்ய வேண்டும் என்ற முறையிலேதான் பார்க்கிறோம்.

பொதுவாகக் கிணறு வெட்டும்போது, அதிலே அதிகமான தண்ணீர் இருந்தால்தான் பயன்படும். இல்லாவிட்டால் பயன்படாது. எங்கெல்லாம் பயன்படும் முறையிலேயே இருக்கிறதோ அங்கெல்லாம் (கூட்டுறவுச் சங்கங்கள்) மூலமாகப் பஞ்சாயத்து அதற்கு ஏற்பாடு செய்யவேண்டும்.

பஞ்சாயத்துகள் கூட அந்த மாதிரி நன்மை கிடைக்கும் என்ற வகையில் அந்தப் பொறுப்பை எடுத்துக்கொள்ள முன்வந்தால், அரசாங்கம் உதவிசெய்யும். அரசாங்கம் அளிக்கக்கூடிய கடன் உதவிக்கு வட்டி விகிதம் நிர்ணயம் பண்ணியிருக்கிறார்கள். அது அதிகமான வட்டியாக இருந்தால் அதைக்கூடப் பரிசீலிக்கலாம். சர்க்கார் (அரசு) போட்டிருக்கும் ஐந்தரை சதவிகித வட்டியைக் கொஞ்சம் குறைத்தால் கூட நல்லது என்று கனம் முதலமைச்சர் அவர்களை வேண்டிக் கொள்கிறேன்.

எப்படி இரசாயன உரங்களைப் பெறப் போகிறீர்கள், எப்படி உற்பத்தியைப் பெருக்கப் போகிறீர்கள் என்று சிலர் கேட்டார்கள். 'மூன்றாவது ஐந்தாண்டுத் திட்டம் – திட்ட வளர்ச்சி' என்னும் புத்தகத்தைப் பார்த்தால் தெரியும். இரண்டாம் பக்கத்தில் இருக்கிறது.

இரண்டாவது ஐந்தாண்டுத் திட்டத்தின் முடிவில் உணவு உற்பத்தியின் அளவு இம்மாநிலத்தில் 54.14 லட்சம் டன் ஆகும். மூன்றாவது ஐந்தாண்டு திட்டத்தில் கூடுதல் உணவு உற்பத்தியின் சாதனை 16.50 லட்சம் டன்வரை இருக்கும் என்று எதிர்ப்பார்க்கப்பட்டுத் திட்ட இறுதியில் உணவு உற்பத்தியின் அளவு 69.64 லட்சம் டன்களாக நிர்ணயிக்கப்பட்டது. இந்த அதிக உற்பத்தி குறித்து, புத்தகத்தில் குறிப்பிடப்பட்டு இருக்கிறது.

போதுமான இரசாயன உரங்கள் கிடைக்காததாலும், பாதகமான பருவங்களாலும் மூன்றாவது திட்ட இறுதியில் எதிர்பார்த்த கூடுதல் உணவு உற்பத்தியின் சாதனை 13.93 லட்சம் டன்னாக இருக்கும் என்று மதிப்பிடப்பட்டு இருக்கிறது.

மதிப்பிற்குரிய நடராசன் அவர்கள் சொன்னபடி, மத்திய சர்க்காரில் இருந்து எவ்வளவு தூரம் அமோனியம் சல்பேட் போன்ற உரங்கள் பெற முடியுமோ, அவற்றைப் பெற்று

உற்பத்தியை அதிகமாகப் பெருக்க அரசாங்கம் முன்வரும் என்று தெரிவித்துக் கொள்கிறேன்.

நமக்குத் தேவையான 5.83 லட்சம் டன் வழங்க வேண்டும் என்று மத்திய அரசாங்கத்தை இந்த மாநில அரசாங்கம் கேட்டிருக்கிறது. இன்றும் அதிகமாக வேண்டுமானால் அதையும் கேட்க இந்த அரசாங்கம் முன்வரும்.

மற்ற மாநிலங்களைப் பார்க்கும்போது இந்தியாவிலேயே நம் மாநிலத்தில்தான் இரண்டாவதாக அதிகப்படி உரங்கள் உபயோகிக்கப் படுகிறது. இந்தியாவில் ஏக்கருக்குச் சராசரி உபயோகிப்பதைப் பார்க்கும்போது, தமிழகத்தில் அதற்கு மூன்று மடங்கு இரசாயன உரத்தை உபயோகித்து வருகிறோம்.

எவ்வளவுக்கெவ்வளவு இரசாயன உரத்தை உபயோகிக்கிறோமோ அந்த அளவு உற்பத்தியும் அதிகமாகும் என்பதில் சந்தேகம் இல்லை. ஆகவே, அதிகப்படியான இரசாயன உரத்தைப் பெறுவதற்கு இந்த அரசாங்கம் எல்லா நடவடிக்கைகளையும் எடுத்து வருகிறது.

மத்திய அரசாங்கம் நம்மோடு கூடுமான வரையில் ஒத்துழைக்கிறது. உணவு உற்பத்தியைப் பெருக்க மத்திய அரசாங்கத்திலிருந்து இரசாயன உரம் எந்த அளவு வாங்க முடியுமோ அந்த அளவு வாங்குவதற்கு ஏற்பாடு செய்யலாம். முன்பு நாம்தான் (தமிழ் நாடுதான்) அதை உபயோகிப்பது இல்லை என்ற நிலை இருந்தது. இப்போது நம் விவசாயிகள் அதிகமான இரசாயன உரத்தை உபயோகிக்க முன்வருகிறார்கள்.

இப்போது அவர்கள், எங்களுக்கு இரசாயன உரம் கிடைக்கவில்லையே! என்றுதான் சொல்கிறார்கள். ஆகவே, இரசாயன உரம் உபயோகித்து உற்பத்தி பெருக்கப்பட்டு வருகிறது. உற்ற சமயத்தில் அந்த உரம் கிடைப்பது இல்லை என்று சில கனம் உறுப்பினர்கள் கூறினார்கள். கிடைத்தவுடன் காலாகாலத்தில் கொடுக்க வேண்டும் என்றுதான் அறிவுறுத்தப்பட்டு வருகிறது.

திரு. கரியமாணிக்க அம்பலம் அவர்கள், விலை நிர்ணயம் செய்து உடனடியாகக் கொடுக்க வேண்டும் என்பதுதான்

அரசாங்கத்தின் கட்டளை. ஒரு சில இடங்களில் அதிகாரிகள் தவறு செய்வதனால் அது அரசாங்கத்தைப் பாதிக்கிறது.

அதிகாரிகள் இதை உணர வேண்டும். இங்ஙனம் அவர் ஆற்றிய உரையிலிருந்து அவரது பொறுப்புணர்வும் தவறு நடந்தால் ஏற்றுக்கொள்ளும் ஆண்மையும், அதனைக் களைவதற்கான முயற்சியும் கக்கனிடம் இருந்தது என்று தெரிகிறது.

59. நில உரிமை பற்றி...

திரு. கோ.சி. மணி அவர்கள், அமெரிக்காவில் இருந்து வந்த அன்பர்கள் முதலாளி – தொழிலாளி தாரதம்மியம் (தர வேறுபாடு) பற்றிச் சொல்லியிருப்பதாகச் சொன்னார்கள். குத்தகைதாரர்களுக்கு வசதி கிடைக்கவில்லை என்று சொன்னார்கள். 'தொழிலாளர்களின் கஷ்டத்தை நீக்க வேண்டும். தொழிலாளிகள் – நிலச்சுவான்தாரர்கள் (நில உரிமையாளர்கள்) இவர்கள் ஐக்கியமாக இருக்க வேண்டும். உணவு உற்பத்தியைப் பெருக்க வேண்டும்' என்றுதான் நிலச் சீர்திருத்தச் சட்டம் செய்யத் திட்டமிடப்பட்டது.

திரு. மணி அவர்கள் சொல்வதற்கும் முன்பே நாம் (மாநில அரசு) எடுத்துச் சொல்லியிருக்கிற'ab ம். அதன் காரணமாகச் சில திட்டங்கள் எல்லாம் கொண்டுவரப்பட்டன. குத்தகைதாரர்களுக்கு நியாயமான முறையில் அவர்களது உழைப்புக்குத் தகுந்த ஊதியம் கிடைக்க அரசாங்கம் ஏற்பாடு செய்திருக்கிறது. மேலும் செய்ய ஏதுவாக இருக்கிறது. நிறைவேற்றிய சட்டங்கள் சரிவர அமுல் நடத்தப்படுகின்றன. குறைகள் இருந்தால் ஆர்.டி.ஓ.விடம் (கோட்டாட்சித் தலைவரிடம்) 'பெட்டிஷன்' போட வேண்டும். ஆனால், அப்படி சிலர் போடுவது இல்லை.

நிலச்சுவான்தாரரும் குத்தகைதாரரும் ஒத்துப்போனால் நாம் என்ன செய்ய முடியும்? சில சமயங்களில் அவர்கள் ஒத்துப்போய் விடுகிறார்கள் – நிலம் கிடைக்காதே என்று அப்படி இருக்கும் போது, நாங்கள் (மாநில அரசு) ஒன்றும் சொல்வதற்கு இல்லை. குறிப்பிட்ட அதிகாரிகளிடம் சென்று அவர்கள் குறைகளை நிவர்த்தி செய்து கொள்ளலாம். 'கேப்பிட்டல் – அவுட்லே' யில் (முதலீட்டுத் திட்டத்தில்) ஒதுக்கிய பணம் போதாது என்று திரு. மணி அவர்கள் சொன்னார்கள். அரசின் சார்பில் திட்டம் போடுகிறோம்.

தொகை முன்னதாகவே செலவாகிவிட்டால், இருக்கும் தொகையை வைத்து தொகை ஒதுக்குகிறோம். மேலும்

தேவைப்பட்டால் இதர வேலைத் தலைப்புகளில் செலவழிக்காமல் இருந்தால், அதிலிருந்து பெற்றுக்கொள்ள வழி இருக்கிறது. ஒரு திட்டம் போட்டு நிதி ஒதுக்குகிறோம். மேலும் நிதி வேண்டும் என்றால் நிதி இலாகாவைக் கேட்டு மேலும் ஒதுக்கீடு செய்ய அரசாங்கம் முன்வரும்.

இவ்வாறு அமைச்சர் கக்கன் ஆற்றிய உரையும் அளித்த பதிலும் தமது துறை பற்றி அவருக்கு இருந்த தெளிவான அறிவைப் புலப்படுத்துகின்றன.

60. உரம் பற்றிய விவாதம்

'கம்போஸ்ட்' (கலப்பு வகை) உரத்தைப் பற்றி திரு.கோ.சி.மணி அவர்கள் சொன்னார்கள். குறிப்பாகக் கழிவுப் பொருள்களை எல்லாம் ஒன்றுசேர்த்து வைத்து, அதை உபயோகப்படுத்துவதன் மூலமாக உணவு உற்பத்தியைப் பெருக்க வேண்டும் என்றுதான் நாம் திட்டம் போட்டிருக்கிறோம்.

பஞ்சாயத்துக்களை (ஊராட்சி மன்றங்களை) நாம் அமைத்ததே உணவு உற்பத்தியை அதிகமாக்க வேண்டும் என்பதற்காகத்தான். குறிப்பாக, நமது நாட்டின் பஞ்சாயத்துக்கள் 'கம்போஸ்ட்' உரத்தைத் தயார் செய்ய வேண்டும். அதன் மூலமாக உணவு உற்பத்தியைப் பெருக்க வேண்டும் என்றுதான் அரசாங்கம் திட்டமிட்டு இதுபோன்று 'கம்போஸ்ட்' உரத்தைத் தயார் பண்ணுவதற்கு வழிவகை செய்திருக்கிறது. இதற்காக ஒவ்வொரு பஞ்சாயத்திலும் குழிகள் தோண்டி அவற்றில் கழிவுப் பொருள்களைப் போட வேண்டும் என்றும், இதைக் கவனிப்பதற்குக் கிராம சகாயக்குகளையும் (உதவியாளர்களை) நியமித்திருக்கிறோம்.

அது மட்டுமல்ல, பஞ்சாயத்துத் தலைவர்கள், பஞ்சாயத்து யூனியன் தலைவர்கள், கமிஷனர்கள் (ஆணையர்கள்) இவர்கள் எல்லாரும் இதைப் பற்றிக் கவனித்து வருகிறார்கள். இதைக் கவனிப்பதே இல்லை என்று இலாகா அளவில் தலத்திலேயே 'அக்ரிகல்ச்சர் எக்ஸ்டென்ஷன் ஆபீசர்' (வேளாண்மை விரிவாக்க அலுவலர் இருக்கிறார்.

61. விதைகள் வாரியம் பற்றிய விவாதம்

மதிப்பிற்குரிய அங்கத்தினர்கள் சிலர் 'சீட் கார்ப்பொரேஷன்' (Seed Corporation – விதை வாரியம்) ஏற்படுத்தவேண்டும் என்று சொன்னார்கள். அதைப் பற்றியும் அரசாங்கம் பரிசீலனை செய்துகொண்டு இருக்கிறது என்பதை இந்தச் சபையில் சொல்லிக் கொள்கிறேன். இப்போது மத்திய அரசாங்கத்தின் மூலமாகக் கோயம்புத்தூரில் 'டெஸ்டிங் லேபரட்டரி' (சோதனை ஆய்வுக்கூடம்) வைப்பதற்கு ஏற்பாடு செய்யப்பட்டு இருக்கிறது.

உற்பத்தி செய்கின்ற விதைகளைக் கோயம்புத்தூருக்கு அனுப்பி, 'டெஸ்ட்' (சோதனை) செய்த பின்னால்தான் விவசாயிகளுக்குக் கொடுக்க வேண்டும் என்று அரசாங்கம் முடிவு செய்திருக்கிறது. முக்கியமாக, அரசாங்க விதைப் பண்ணைகளில் உற்பத்தி செய்கின்ற விதைகளை அனுப்பிவைத்துப் பரிசீலனை செய்த பின்னால்தான், இனி விவசாயிப் பெருமக்களுக்கு அவை வழங்கப்படும் என்பதைக் கூறிக் கொள்கிறேன்.

நம் மாநிலத்திற்கு மட்டும், நாம் திட்டமிட்டபடி, 210 விதைப் பண்ணைகள் ஏற்படுத்த வேண்டும். அவற்றில் இன்னும் பத்து பண்ணைகள் மட்டும்தான் ஏற்படுத்தப்பட வேண்டியிருக்கின்றன. அரசாங்கம் நடத்துகின்ற விதைப் பண்ணைகள் எல்லாமே நஷ்டத்தில்தான் ஓடுகின்றன என்று சொல்லிவிட முடியாது.

பல விதைப் பண்ணைகள் லாபத்தில் நடந்து கொண்டிருக்கின்றன. பல விதைப்பண்ணைகள் லாபமும் இல்லாமல் நஷ்டமும் இல்லாமல் நடந்து கொண்டு இருக்கின்றன. கூடுமானவரை நல்ல நிலங்களைப் பார்த்துதான் சர்க்கார் விதைப் பண்ணைகளை ஏற்படுத்தி வருகிறோம்.

சர்க்கார் விதைப் பண்ணைகளைப் பொருத்தவரையில், இவற்றில் உள்ள அதிகாரிகள் எல்லாரையும் அழைத்துப் பேசினேன். ஒவ்வொரு விதைப் பண்ணை மானேஜரையும் டைரக்டர் 'டிபுடி டைரக்டர்' – இவர்கள் எல்லாரையும் அழைத்துப் பேசினேன்.

எந்த விதத்திலும் அரசாங்க விதைப் பண்ணைகள் நல்லமுறையில் நடைபெற வேண்டும். நல்ல தரமான விதைகளை உற்பத்தி செய்யவேண்டும். இதற்காகத் தனியாகக் கவனம் செலுத்தவேண்டும் என்று சொல்லியிருக்கிறேன்.

எடுத்த மாத்திரத்திலேயே எல்லா விதைப் பண்ணைகளும் லாபத்தில் நடந்துவிட முடியாது என்பதையும் சொல்லிக்கொள்ள ஆசைப்படுகிறேன். ஏற்கனவே நமது மாநிலத்தில் பல விதைப் பண்ணைகள் நல்லமுறையில் நடந்து வருகின்றன என்பதையும் தெரிவித்துக் கொள்கிறேன். ஆரம்பக் கட்டத்தில் ஏதாவது கஷ்டங்கள் இருந்தாலும், பின்னால் அத்தனையும் லாபகரமாக நடப்பதற்குச் சர்க்கார் எத்தனிக்கும் என்பதைத் தெரிவித்துக் கொள்கிறேன். தனியார் நடத்தும் விதைப் பண்ணைகளைப் பற்றியும் அரசாங்கம் கவனித்துக் கொண்டிருக்கிறது.

காய்கறி உற்பத்தி பற்றிப் பல மதிப்புக்குரிய அங்கத்தினர்கள் குறிப்பிட்டார்கள். குறிப்பாக, காய்கறி உற்பத்திக்கு அரசாங்கம் அதிக ஆதரவு கொடுத்து வருகிறது.

மதிப்புக்குரிய அங்கத்தினர் அர்த்தநாரீசுவரக் கவுண்டர் அவர்கள் பேசுகிற போதுகூட, ‘மேட்டூர் பகுதிலேயே கத்தரிக்காய் நன்றாக வருகிறது. காய்கறி உற்பத்தியாளர்களுக்குக் கொடுக்கும் சலுகையை அந்த இடத்திற்கும் நீட்டிக்க வேண்டும் என்று சொன்னார்கள். அப்படியே ஏற்பாடு செய்யலாம்’. – இப்படி மற்றவர்கள் கருத்து என்பதற்காக மறுக்காமல் ஏற்புடையதாயிருந்தால் ஏற்றுக்கொள்ளும் மனவிசாலம் உடையவர் கக்கன்.

62. பெரியப்பா காமராஜர்

கக்கன் அவர்களது மகள் திருமதி. கஸ்தூரிபாய் அவர்களின் நினைவலைகள்:

தன்னலம் அற்ற தன்னிகரில்லாத பெருந்தலைவர் காமராஜர் அவர்களை, நானும் என் சகோதர்களும் 'பெரியப்பா' என்றுதான் அழைப்போம். நாங்கள் அப்படி அழைக்கும் போதெல்லாம் உள்ளன்போடு ஏற்றுக்கொண்டு அவர் பூரிப்போடு சிரிப்பார். அவருடன் மகளைப் போல் நான் பழகி வந்தேன்.

இந்த மகளுக்காக, முதலமைச்சராகிய அவர் ஒரு நாள், சென்னை – கோட்டையிலிருந்து வரும்போது வழியில் காரை நிறுத்தி, என்னை ஏற்றிச் சென்ற நிகழ்ச்சி இன்றும் என் நினைவில் பசுமையாக உள்ளது.

என் தந்தையாரின் நூற்றாண்டு விழாவையொட்டி அவருடைய வாழ்க்கைப் பாதையின் சில நிகழ்ச்சிகளைச் சுருக்கமாகத் தொகுத்து எழுதும்பொழுது, 'பெரியப்பா' காமராஜர் அவர்கள் என்மீது பொழிந்த பாசத்தின் வெளிப்பாடான அந்த நிகழ்ச்சியையும் தொட்டுக்காட்டத் தோன்றுகிறது.

சென்னை – லேடி வெல்லிங்டன் உயர்நிலைப் பள்ளியில் நான் 7ஆம் வகுப்பில் படித்துக்கொண்டு இருந்த சமயம். மாலையில் பள்ளி முடிந்தபின், பேருந்துக்காகக் கடற்கரைச் சாலை ஓரமாக மழைத் தூறலில் நின்றுகொண்டு இருந்தேன். அப்போது முதலமைச்சராக இருந்த திரு. காமரஜர் அவர்கள் தம் வீட்டுக்குச் செல்ல காரில் வந்துகொண்டு இருந்தார். வேகமாக ஓடிய அந்தக் கார் பின்புறமாகத் திரும்பி வந்தது.

பெரியப்பா அவர்கள், "கஸ்தூரி! காரில் ஏறு!" என்று சிறிது அதட்டுகின்ற குரலில் கூப்பிட்டார். நானும் உடனே காரில் ஏறிவிட்டேன்.

"நான் பெரியப்பா போகிறேன். நீயோ மழையில் நனைந்துகொண்டு பள்ளிக்கு முன்னால் பஸ்ஸுக்காகக்

காத்திருக்கிறாய். ஏன் இந்தக் காரைப் பார்த்ததும் நிறுத்தவில்லை'' என்று அவர் கேட்டார்.

''நீங்கள் 'சீஃப் மினிஸ்டர்' (முதலமைச்சர்) நான் எப்படி உங்கள் காரை நிறுத்த முடியும்'' என்று பதிலுக்கு அவரிடம் கேட்டேன்.

அவரோ சிரித்துக்கொண்டே, ''சரி... சரி... நீயும் விவரம் தெரிஞ்ச பெண்ணாத்தான் இருக்கே!'' என்று, எங்கள் வீடு வரும்வரை பேசிக்கொண்டே வந்தார். எங்கள் வீட்டின் முன்னால் காரை நிறுத்தி என்னை இறக்கிவிட்டு அவர் சொன்ன வார்த்தைகள் இன்றும் என் மனத்தில் பதிந்துள்ளன.

''நான் கூப்பிட்டேன் என்று உடனே நீ காரில் ஏறிவிட்டாய். இது சரிதான். ஆனால் வேறு யாரும் கூப்பிட்டால் ஏறக்கூடாது!'' என்று, ஒரு தந்தைக்கே உரிய வாஞ்சையுடன் அவர் கூறினார். இதை என் தந்தையார் திரு. பூ. கக்கன் அவர்களிடம் நான் கூறியபோது அவர் மிகவும் மகிழ்ச்சி அடைந்தார்.

''எங்கிருந்தோ வந்தான் இடைச்சாதி நான் என்றான்

ஈங்கிவனை யான்பெறவே என்னதவம் செய்துவிட்டேன்!''

என்னும் விடுதலைக் கவிஞர் பாரதியாரின் பாட்டு என் நினைவுக்கு வந்தது.

பெருந்தலைவர் திரு. காமராஜர் அவர்கள் என்னுடைய தந்தையைப் பொதுவாழ்வில் எல்லா நிலைகளிலும் முன்னிலைப்படுத்தி, அமைச்சராகவும் அறிமுகப்படுத்தியவர். எனவே, அந்த மாமனிதர் ஐயா அவர்களுக்கு எங்கள் குடும்பத்தின் சார்பாக இக்கட்டுரையைக் காணிக்கையாகப் படைக்கிறேன்.

> **''எல்லோரையும் எளிதில் நம்பி விடாதே!**
> **நீ கேட்டது என்பதற்காக எதையும் நம்பாதே!''**

– புத்தர்

63. தங்க மோதிரம் தந்தேன்

1962 ஆம் ஆண்டில் சீனாவுக்கும் இந்தியாவுக்கும் இடையே போர் மூண்டது. அப்போது பள்ளியில் போர் நிதிக்குப் பணம் கொண்டு வரச் சொன்னார்கள். மறுநாள் நான் மறந்தே போய்விட்டேன். தலைமை ஆசிரியை அவர்கள், இறைவணக்கம் நிகழ்ச்சி முடிந்தவுடன், எல்லாரும் கொடுக்கும் பணத்தை வாங்கிக்கொண்டு இருந்தார்.

ஒரு நிமிடம் யோசித்தேன். 'பணம் இல்லை என்றால் என்ன? கையில்தான் தங்க மோதிரம் இருக்கிறதே! இதைக் கழற்றிக் கொடுத்து விடுவோம்' என்கிற எண்ணம் திடீரென்று மின்னல்போல என் உள்ளத்தில் எழுந்தது. உடனே மோதிரத்தைக் கழற்றித் தலைமை ஆசிரியை அவர்களிடம் தந்துவிட்டேன்! வியப்போடு என்னைப் பார்த்த அவர், அதை வாங்கிக் கொண்டார். பின்னர்தான் எனக்கு ஓர் அச்சம் ஏற்பட்டது. அப்பா, அம்மா கேட்டால் என்ன சொல்வது என்கிற திகில் வாட்டியது என்றாலும், வீட்டுக்கு வந்த நான் எவரிடமும் எதுவும் சொல்லாமல் இரவில் படுத்துவிட்டேன்.

அடுத்த நாள் நாளிதழில் "மந்திரி கக்கன் மகள் யுத்த நிதிக்குத் தங்க மோதிரத்தை நன்கொடையாகக் கொடுத்தார்!" என்கிற செய்தி வெளியாகியிருந்தது. அதைப் படித்துவிட்ட என் அப்பா வீட்டில் உள்ளே இருந்த என்னைக் கூப்பிட்டார். நான் அவரை நோக்கிப் போனபோது, அம்மாவிடம் அப்பா கூறிய வார்த்தைகள் இப்படிக் கேட்டன.

"நான் யுத்த நிதிக்குப் பணம் கொடுத்த செய்தி இன்னும் பேப்பரில் வரவில்லை. ஆனால், என்னுடைய மகள் கஸ்தூரிபாய் மோதிரம் கொடுத்த சேதி வந்துள்ளது. எனக்குப் பெருமையா இருக்கு! என் மகளின் நாட்டுப்பற்றை நினைக்கும் போது, நான் நாட்டுக்காக உழைத்த பலன் எனக்குக் கிடைத்ததுபோல் உணர்கிறேன்" என்று அவர் கூறினார்.

இராமர் இலங்கைக்கு அணை கட்டுவதற்கு அணில் உதவிசெய்ததாகக் கதை கேள்விப்பட்டு இருக்கிறேன். அந்த

அணில்போல நான் செய்த அந்தச் சிறிய நன்கொடை உதவி! என் தந்தையின் மகிழ்ச்சிக்கு உதவியதை எண்ணி என் மனம் இன்பப் பூரிப்பில் மிதந்தது!

"உன்னால் முடிந்ததைவிட அதிகம் கொடுப்பதுதான் தர்மம். உனக்குத் தேவையானதை விடக் குறைவாக எடுத்துக் கொள்வதே கௌரவம்".

– கலீல் ஜிப்ரான்

64. கல்யாணத்திலும் கதர் பட்டுத்தான்

எனது திருமணம் 1964 சனவரி மாதம் 20 ஆம் நாள் நடைபெறுவதற்குப் பெரியவர்கள் கூடி உறுதி செய்தார்கள். திருமணத்துக்கு ஒரு வாரம் முன்னால் துணிக் கடைக்குச் சென்று இரண்டு பட்டுப் புடவைகள் எடுத்து வந்தேன். திருமண நாளைக்கு முதல் நாள் மாலை என் தந்தை வீடு வந்ததும் புடவையைக் காண்பிக்கச் சொன்னார். அம்மாவும் நானும் மகிழ்ச்சியுடன் அவற்றை எடுத்துவந்து காண்பித்தோம்.

'என்ன இது! புடவை பள பள என்று இருக்கிறதே! கதர்ப் புடவை மாதிரி இல்லையே?' என்று அப்பா திகைப்புடன் கேட்டார்.

'இது காஞ்சிபுரம் பட்டுப் புடவை. நிச்சயதார்த்தத்துக்கு மட்டுமே இதைக் கட்டிக் கொள்வேன்' என்று கூறினேன்.

'நீ காங்கிரஸ்காரன் பெண் தானே? நானோ காந்தியவாதி. அவருடைய கொள்கைக்கு உண்மையாக வாழ்பவன். அதனால், நீ உடனே கதர்க் கடைக்குச் சென்று, கதிரிலேயே பட்டுப் புடவை எடுத்து வந்து, திருமணத்தில் கட்டிக் கொண்டு மனையில் உட்கார வேண்டும்' என்று கண்டிப்புடன் கூறிவிட்டார் அப்பா.

பிறகு என்ன! திரும்பவும் கதர்க் கடைக்கே சென்று புடவை எடுத்து வந்து அதை அணிந்துகொண்டுதான் மணமேடையில் அமர்ந்தேன். எனது மணவிழா, சென்னை - கிரீன்வேஸ் சாலையில் அமைச்சராகிய என் தந்தைக்கு அரசு ஒதுக்கிய வீட்டில், பெருந்தலைவர் காமராஜர் அவர்களின் முன்னிலையில் நடைபெற்றது. என் அப்பா, தாம் கடைப்பிடித்த காந்தியக் கொள்கையில் கடுகு அளவும் மாறாத உறுதி பூண்டவர். அதனால்தான் தாம் ஓர் உண்மையான காங்கிரஸ் போராளி என்பதை என் திருமணத்திலும் நிரூபித்துக் காட்டினார்.

எளிமை பற்றி நாம் பேசவும், எழுதவும் தயங்குவதில்லை. ஆனால், அப்படி வாழத்தான் தயங்குகிறோம்.

– டாக்டர் மு.வ.

65. திருமணப் பரிசுகள்

எனது திருமண அழைப்பிதழில், 'பரிசுகளைத் தவிர்க்கவும்' என்னும் வேண்டுகோளையும் என் தந்தை இடம்பெறச் செய்திருக்கிறார். இலக்கியச் செல்வர் திரு. குமரி அனந்தன் மற்றும் பலர் புத்தகங்களை வழங்கினார்கள். திருமணம் நிகழ்ந்தேறிய பின், இரவு பரிசு நூல்களைப் பிரித்துப் பார்த்தபோது அவற்றுக்கு இடையே சிறிய அட்டைப் பெட்டி ஒன்று தெரிந்தது. அதைத் திறந்தபோது அதில் இரண்டு தங்க வளையல்கள் இருந்தன.

உடனே அவற்றை அப்பா அவர்களிடம் கொண்டு போய்க் காண்பித்தேன். அவர் அவற்றை வாங்கிக் கொண்டு, யார் கொடுத்தார் என்பதைக் கண்டு பிடிக்கும் முயற்சியில் இறங்கி விட்டார். அப்போது அப்பா உள்துறை அமைச்சராக இருந்தார். அதனால், காவல்துறை அதிகாரிகள் மூலம் நகை பரிசு தந்தவர் யார் என்பதை அறிந்துகொண்டு வர ஆணையிட்டார். அந்த இரவிலும் வளையலைப் பரிசாகக் கொடுத்தவருடன் தொலைபேசியில் தொடர்பு கொண்டு அடுத்த நாள் காலையிலேயே அவரை எங்கள் வீட்டுக்கு வரச்சொன்னார்.

அப்படி அவர் வந்ததும் அப்பா என்னையும் என் கணவரையும் பரிசு கொடுத்தவரின் கால்களில் விழச் சொன்னார்.

அவரைப் பார்த்து, "மணமக்களை மனமார – வாயார வாழ்த்துங்கள்! அதுவே எனக்குப் போதும்!" என்று கூறியபடி தங்க வளையல்களைத் திருப்பிக் கொடுத்துவிட்டார் என் தந்தை.

தாம் காவல்துறை அமைச்சராக இருந்த நிலையில் எந்த லஞ்ச லாவண்ணியத்திற்கும் இச்சையே கொள்ளாமல், தமது ஆட்சிப் பதவிக்கு உரிய மரியாதை கொடுத்து, கறைபடாத கரங்களுடன் கடைசிவரை வாழ்ந்து காட்டிய, தூய்மையான தொண்டு விளக்கே என் அப்பா கக்கன்ஜி அவர்கள்!

“விரோதத்தைச் சம்பாதித்துக் கொள்ளாமலேயே மற்றவர்களிடம் நமது கருத்தை நிலை நிறுத்தும் திறமைக்குத்தான் கெட்டிக்காரத்தனம் என்று பெயர்”

–டபிள்ஸ்ரீஹென்

66. உறவு என்றால் சலுகையா?

என் சகோதரர் எம்.ஏ.பட்டம் பெற்றவர். அரசு நடத்திய தேர்வில் வெற்றியடைந்து கூட்டுறவுத் துறையில் துணைப் பதிவாளர் (டெபுடி–ரிஜிஸ்தாரர்) பணியில் சேர்ந்தார்.

சட்டமன்றத்தில் எதிர்க்கட்சி உறுப்பினர் ஒருவர், 'மந்திரி மகன் என்பதால் அவருக்கு அரசில் உயர் பதவியா?' என்று கேள்வி எழுப்பினார்.

முதுகலை (எம்.ஏ.) பட்டம் பெற்றபின், அரசு நடத்திய தேர்வில் முறையாகப் பங்கேற்று நிறைய மதிப்பெண்கள் பெற்ற தகுதியின் அடிப்படையில்தான் அமைச்சரின் மகனுக்கு அரசுப் பணி கிடைத்தது என்று விளக்கம் அளிக்கப்பட்டது.

இதைப்பற்றிக் கேள்வியுற்ற அறிஞர் அண்ணா அவர்கள், "திரு. கக்கன் அவர்கள் மாதிரி ஓர் அமைச்சர் நேர்மையாக இருந்து விட்டால், எதிர்க்கட்சிகளுக்கு வேலையே இருக்காது" என்று என் தந்தையின் நேர்மையை நெஞ்சாரப் பாராட்டினார்.

எங்கள் திருமணத்துக்கு முன்பே என் கணவர் திரு. சிவசுவாமி அவர்கள் பொதுப்பணித் துறையில் இளநிலைப் பொறியாளராக (ஜூனியர் எஞ்சினியர்) வேலை செய்தவர் ஆவார். அதனால், அவர் பெயர் உதவிப் பொறியாளர் பதவி உயர்வுக்காகத் தமிழ்நாடு அரசு அலுவலர் தேர்வாணைக் குழுவின் உயர் பதவித் தேர்வுப் பட்டியலில் இடம்பெற்று இருந்தது. என்னைத் திருமணம் செய்த பிறகு, பணி உயர்வு கிடைக்கும் என்று என் கணவரின் உறவினர்களும் என் கணவரும் நினைத்தனர்.

ஆனால், அதைப் பற்றிய பேச்சு வந்தபோது, என் தந்தையாரோ, 'அவருக்குப் 'புரமோஷன்' வரும்போது வரட்டும். அவரது பதவி உயர்வுக்காக நான் சிபாரிசு செய்யமாட்டேன்!' என்று சொல்லி விட்டார்.

67. எதிலும் இலவசம் வேண்டாம்

பிறகு என் கணவர் மத்திய அரசுப் பணிக்காக, மைய அரசு பொதுப் பணியாளர் தேர்வு ஆணையம் (யூனியன் பப்ளிக் சர்வீஸ் கமிஷன்) நடத்திய தேர்வில் வெற்றி பெற்றார். அதனால், மத்திய அரசின் கப்பல் போக்குவரத்துத் துறையில் உதவிப் பொறியாளராக என் கணவருக்கு உயர் பதவி கிடைத்தது.

1967ஆம் ஆண்டு பொதுத் தேர்தலில் தமிழ்நாட்டில் காங்கிரஸ் கட்சிக்குப் பெரிய தோல்வி, திராவிட முன்னேற்றக் கழகம் அறிஞர் அண்ணா தலைமையில் ஆட்சியைப் பிடித்தது. அதன் விளைவாக என் தந்தையார் அமைச்சர் பதவியை இழக்க நேர்ந்தது. அந்தச் சமயத்தில்தான் என் கணவருக்கு மத்திய அரசின் கப்பல் துறையில் உயர் பதவிக்கு உரிய ஆணை கிடைத்தது.

அந்தமான் தீவில்தான் என் கணவர் உதவிப் பொறியாளர் வேலையில் சேர்வதற்குப் புறப்பட்டார். என்னையும் அழைத்துச் சென்றார். என்னைப் பிரிவதற்கோ என் அப்பாவுக்கு மனம் இல்லை.

'நீங்கள் அந்தமான் போய்த்தான் ஆக வேண்டுமா?' என்று நெகிழ்ச்சியோடு கேட்டார். என் எண்ண ஓட்டத்தை என்னால் மறைக்க முடியவில்லை.

'அப்பா! நீங்கள் என் கணவருக்கு மாநில அரசிலேயே பதவி உயர்வு (புரமோஷன்) வாங்கித் தரவில்லை. வந்திருக்கிற மத்திய அரசு வேலையை அவரால் விடமுடியாது. அதனால்தான், இந்த வாய்ப்பைப் பயன்படுத்திக் கொள்ள நாங்கள் அந்தமான் போகிறோம்'' என்று கவலையை மனத்தில் தேக்கிக்கொண்டு தந்தைக்குப் பதில் கூறினேன்.

'நீ சொல்வதும் சரிதாம்மா!' என்று சொன்ன அவர், ஓர் அறிவுரையையும் கூறினார்:

'உன் கணவரின் அனுமதி இல்லாமல் எந்தப் பொருளையும் நீ அன்பளிப்பாக வாங்கவோ, கொடுக்கவோ கூடாது. காய்கறி,

பழம் உள்பட எதுவாக இருந்தாலும் இலவசமாக வாங்கவே கூடாது!' என்றார்.

"தேவையில்லாமல் பொருட்களை வாங்கிக் குவிக்காதீர்கள். பிறகு சில நேரங்களில் தேவையானதை விற்க நேரிடும்".

– எடிசன்

68. ஓசிப்பயணம் வேண்டாம்

எங்களைக் கப்பலில் ஏற்றி வழி அனுப்ப என் தந்தை சென்னைத் துறைமுகத்துக்கு வந்தார். அப்போது, கப்பல் வாரிய முகவர் (Shipping Corporation Agent) திரு. ஹாஜா ஷெரிஃப் அவர்களின் 'அந்தமான்' என்னும் பெயருடைய கப்பலில் என் கணவரும் நானும் பயணம் செய்ய இருந்தோம்.

எங்களுடன் வந்த என் அப்பாவைப் பார்த்ததும் திரு. ஷெரிஃப் அவர்கள் இவரை அன்புடன் வரவேற்றார்.

'நீங்களும் அந்தமான் செல்லுங்கள்' என்று கூறினார்.

'நான் மாற்றுத் துணிகள் எடுத்து வரவில்லை. டிக்கெட்டுக்குப் பணமும் என்னிடம் இப்போது இல்லை' என்று சிரித்தபடி என் தந்தையார் சொன்னார்.

'அந்தக் கவலை எல்லாம் உங்களுக்கு எதற்கு? அனைத்து ஏற்பாடுகளையும் நானே செய்து தருகிறேன்' என்று ஹாஜா ஷெரிஃப் கூறினார்.

ஆனால், நெறிமுறை தவறாத இந்த முன்னாள் அமைச்சர், அந்த இனிய நண்பரின் உதவிகளை ஏற்க மறுத்துவிட்டார்!

என் கணவரையும் என்னையும் கண்ணீர் மல்க கப்பலில் என் அப்பா வழியனுப்பி வைத்த அந்தக் காட்சியை என்னால் மறக்கவே முடியாது. அப்படி நாங்கள் அந்தமான் செல்லும்போது, இரண்டு கொசு வலைகளை அவர் வாங்கிக் கொடுத்தார். ஏனென்றால், அந்தத் தீவில் கொசுக்கள் அதிகம் என்று அவர் கேள்விப்பட்டிருக்கிறார்.

நாங்களும் கைச் செலவுக்கு ரூ.600/- (ரூபாய் அறுநூறு மட்டும்) எடுத்துக் கொண்டு முதல் முறையாகக் கடல் கடந்து அந்தமான் சென்றோம்.

69. பக்தியின் தூய்மை

பின்னர், 1975ஆம் ஆண்டு என் கணவர் தூத்துக்குடி துறைமுகத்தில் செயல் பொறியாளராக *(Executive Engineer)* அலுவல் பார்க்கத் தொடங்கினார். அப்போது உடல்நலம் நலிவுற்றவராக என் தந்தையார் எங்கள் வீட்டுக்கு வந்தார்.

அந்த நேரம், திருச்செந்தூர் முருகன் கோயிலுக்கு நாங்கள் அவரைக் கூட்டிச் சென்றோம். சிறப்பு நுழைவுச் சீட்டு *(Speical Entrance Ticket)* வாங்கக்கூட அவர் எங்களை அனுமதிக்கவில்லை. சாதாரண பொதுமக்கள் வரிசையில் நின்றுதான் அந்தத்தமிழ்க் கடவுளை நாங்கள் தொழுதோம்.

முன்னர் என் தந்தையார் அறநிலையத்துறை அமைச்சராக இருந்தவர்தாம். என்றாலும், அந்தப் பதவியைவிட்டு விலகியபிறகு, தாமும் ஒரு சாதராரணக் குடிமகன்தான் என்று அவர் நினைத்து நடந்தார். தம்மிடம் பதவி இருந்தாலும் இல்லாவிட்டாலும் அதிகார ஆணவம் இல்லாமல், ஒரே சமவுரிமை நிலையில் வாழ்ந்து காட்டிய மனித தெய்வம் என்று எங்கள் தந்தையார் திரு. கக்கன் அவர்களை எம் நெஞ்சில் வைத்து வணங்கி வாழ்கிறோம் நாங்கள்.

தூத்துக்குடியில் பத்து நாள்கள் எங்களுடன் அவர் தங்கியிருந்ததை என் கணவரும் நானும் பெரும் பேறாக எண்ணி இன்றும் மகிழ்கிறோம்.

அந்தத் தங்கலுக்குப் பிறகு, என் தந்தையார் சென்னை திரும்பியபோது, என் கணவர் அவருக்கு இரயிலில் முதல் வகுப்பு *(First Class)* பயணச்சீட்டு எடுப்பதாகக் கூறினார். அவரோ மறுத்துவிட்டார். சாதாரணப் பொதுமக்களுக்கு உரிய மூன்றாம் வகுப்புப் பெட்டியில் *(Three Tier Coach)* செல்லவே பயணச்சீட்டு வாங்கி வரச் செய்து சென்னைக்குச் சென்றார்.

> **“பக்தியின் முதல்நிலை ஆணவத்தை அகற்றுதல் ஆரவாரத்தை அடக்குதல்”.**
>
> – வாரியார்

70. வங்கிக் கணக்கு வைக்காதவர்

அவரது அந்த வாழ்க்கைப் போக்கிலிருந்து நான் உணர்ந்துகொண்ட பாடம், எவ்வளவு உயர்ந்த பதவிக்குச் சென்றாலும், பண வளத்தை அடைந்தாலும், ஆடம்பரம் இல்லாத சிக்கனம் என்பதைக் கடைப்பிடித்து வாழ்வதே சிறந்தது என்று கற்றுக்கொண்டேன்.

நான் சிறுமியாக இருந்தபோது, தாம் ஊர்களுக்குப் போகும்பொழுது பணம் இல்லாவிட்டால், என்னிடம் கூட வாங்கிச் செல்வார். ஊரில் இருந்து திரும்பியவுடன் அதிகமாகவே பணம் கொடுப்பார்.

என் தந்தையாருக்கு எந்த வங்கியிலும் கணக்கு கிடையாது. வங்கியின் சேமிப்புக் கணக்குப் புத்தகம் (பேங்க் பாஸ் புக்) எப்படி இருக்கும் என்று கூடத் தெரியாமல் வாழ்ந்த ஒரு விந்தையான அமைச்சரே திரு. கக்கன் அவர்கள்!

என் தந்தையார் அமைச்சராக இருந்தபோது, அரசாங்க விழாக்கள், ஆளுநர் தரும் விருந்துகள் ஆகியவற்றுக்கு மட்டும் அம்மாவையும் பிள்ளைகளையும் அரசின் காரில் கூட்டிச் செல்வார். மற்ற நேரங்களில், மற்ற நிகழ்ச்சிகளுக்குப் பேருந்தில்தான் எங்கள் குடும்பத்தினர் வெளியே செல்வோம்.

அந்தப் பெருமகனார் அமைச்சர் பதவி ஏற்றிருந்த காலத்தில் கடைசிவரை, நாங்கள் விமானம் என்னும் வானூர்தியில் பயணம் செய்ததே இல்லை!

> **"ஒரு மனிதனின் வெற்றி என்பது அவனது பணப்பெட்டியில் இல்லை. மனப் பண்பில் இருக்கிறது".**
>
> – சுவாமி சிவானந்தர்

71. தன்னலமில்லாத் தலைவர்

பொங்கல், தீபாவளி, புத்தாண்டு நாள் போன்ற விழா நாட்களில் உறவினர்களோ, நண்பர்களோ, கட்சித் தொண்டர்களோ கொண்டு வரும் பழங்கள், இனிப்புகள் முதலானவற்றைக் கூட ஆதி திராவிட மாணவ, மாணவியர் விடுதிகளுக்கு என் அப்பா அனுப்பி விடுவார். அவருக்குக் கூட்டங்களில் கிடைக்கும் வாழ்த்துப் பரிசுகள், பொன்னாடைகள் போன்றவற்றை விற்றுக் காங்கிரஸ் கட்சியின் கணக்கில் சேர்த்து விடுவார்.

அன்பளிப்புகள் விலை உயர்ந்தவையாக இருந்தால் அவற்றை அரசின் கணக்கில் பதிவுசெய்து விடுவார்.

"*Mr. Gandhi what is your message?*" என்று ஒருவர் கேட்டபோது, "*My life itself is a message!*" என்றாராம் மகாத்மா காந்தியடிகள்.

அவருடைய கொள்கை நெடுஞ்சாலையிலேயே பீடுநடை போட்ட திரு. கக்கன் அவர்களும் தமது வாழ்வையே நாட்டுக்கு ஒப்படைக்கப்பட்ட நற்செய்தியாகத் (*Good message*) தொண்டுகள் புரிந்து, நூற்றுக்கு நூறு சிறந்த காந்தியவாதியாகத் திகழ்ந்தவர் ஆவார்.

ஏற்றுக்கொண்ட லட்சியத்தில் தளராத உடும்புப் பிடிப்பு, களங்கம் அற்ற கண்ணிய அரசியல் நெறி, அதிகார விளிம்பிற்குள் நின்று ஆணவமே இல்லாமல் செயலாற்றும் திறமை – இப்படிப் பல அரிய இயல்புகள் படைத்தவரே முன்னாள் அமைச்சர் கக்கன் அவர்கள்.

மக்களால் வழங்கப்படும் பதவிகளின் பெயரால் ஆற்றும் எல்லாச் செயல்களும், நாட்டின் பல துறை வளர்ச்சிக்கும், நலிவுற்ற மக்களின் நலன்களுக்கும், சமுதாய நல்லிணக்க மேம்பாட்டிற்கும் பயன்பட வேண்டும் என்னும் நோக்கத்தோடு, பொதுவாழ்வில் கறை படியாத கரங்களுடன் வாழ்ந்து காட்டியவரே திரு. கக்கன் அவர்கள்!

72. கடமை வீரருக்குக் கண்ணீர் அஞ்சலி

தொடர்ந்து இருந்து வந்து மூட்டுவலி சற்று அதிகமாகி முடநோய் என்ற அளவிற்கு வந்தது. நல்ல உயரமும் பருமனான உடலும் கொண்ட இவரது உடலின் எடையைத் தாங்கும் சக்தியை இழக்கும் அளவிற்கு அந்த நோயின் தாக்கம் அதிகமானது. அதனால் நன்கு நடமாட முடியவில்லை. மருத்துவர்கள் இவரது உடல் எடையைக் குறைக்க ஆலோசனை கூறினர். அதற்கான முயற்சிகள் எடுக்கப்பட்டன. தாமே எழுந்து நடக்கமுடியாத அளவிற்கு முட நோயால் தாக்கப்பட்டிருந்தார்.

ஏழைப்பங்காளரும், கடமைவீரரும், அரசியல் வித்தகருமான காமராசர் 1976ஆம் ஆண்டு அக்டோபர் இரண்டாம் நாள் திடீரென மாரடைப்பினால் இயற்கை எய்தினார். இச்செய்தியைக் கேள்வியுற்ற கக்கன் வடித்த கண்ணீருக்கு அளவே இல்லை. தாம் எழுந்து நடக்க முடியாத நிலையில் இருந்தாலும் காமராசரின் உடலுக்கு மரியாதை செலுத்த வேண்டுமென்றும் இறுதிச்சடங்கில் கலந்து கொள்ள வேண்டும் என்றும் தமது ஆசையைக் குடும்ப உறுப்பினர்களிடம் சொன்னார். கண்கள் நீரை வடித்தவண்ணம் இருந்தன. அவர் அழுததைப் பார்த்திராத குடும்ப உறுப்பினர்கள் அனைவரும் அதிர்ந்து போயினர்.

நினைத்தவுடன் பயணம் செய்ய வசதியில்லை. செல்லும் வகையைச் சிந்தித்துக் கொண்டிருக்கும்போது, அவர் கடைசித்தம்பி விஸ்வநாதன் அங்குவந்து வேண்டிய உதவிகளைச் செய்தார். அவர் தம்பி விஸ்வநாதனும் கக்கனும் காமராசர் வீட்டிற்குச் சென்றனர். காமராசரின் உடல் இராஜாஜி மண்டபத்திற்குக் கொண்டு சென்றுவிட்டதாகக் கேள்வியுற்று இராஜாஜி மண்டபத்திற்குச் சென்றனர். காமராசருக்கு இறுதி அஞ்சலி செலுத்த பெரும் மக்கள் கூட்டம் காணப்பட்டது. என்றாலும் கக்கனைப் பார்த்ததும் அனைவரும் ஒதுங்கி வழிகொடுத்தனர். கண்ணீர் வடிக்கும் மக்கள் கூட்டம் சாரைசாரையாக வந்து கொண்டிருந்தது. அமரர் காமராசரின் உடல் வைக்கப்பட்டிருந்த இடத்திலிருந்து சற்று இடைவெளிவிட்டுக்

கக்கனுக்கு ஓர் இருக்கை தந்து அமரசச் செய்தனர். பெருகிய கண்ணீர்த்துளிகளே தம் தலைவருக்குச் செய்யும் வழிபாடாகக் கருதிய கக்கன் வாய்விட்டழுத காட்சி காண்போர் உள்ளத்தை உருக்கியது!.

73. கண்மூடிய காமராசருடன்

மாலை மூன்றுமணியளவில் இந்தியத் தலைமை அமைச்சர் இந்திரா காந்தி அம்மையார் வருகிறார் என்ற பதட்டமும் காவல் துறை அதிகாரிகளின் கெடுபிடியும் அதிகமானது. இருந்தாலும் கக்கனை மட்டும் எவரும் எதுவும் சொல்லாமல் மரியாதையோடு நடத்தினர். இந்திரா அம்மையார் வந்ததும் இறுதி ஊர்வலத்தில் கலந்து கொண்டாக வேண்டும் என்ற ஆசையைத் தம்பி விஸ்வநாதனிடம் கூறினார். அந்தப் பரபரப்பான சூழலில் எவரிடம் உதவிகேட்பது என்று தெரியாமல் விஸ்வநாதன் திகைத்துக் கொண்டிருந்தார்.

இந்திராகாந்தி அம்மையார் வந்து மலர் வளையம் வைத்து மரியாதை செலுத்திவிட்டுக் கிளம்பினார். அப்போது அங்கு இருக்கையில் அமர்ந்திருக்கும் கக்கனைப் பார்த்து "இவர் யார்?" (Who is this gentleman) என்று ஆங்கிலத்தில் கேட்டார். கக்கனை அடையாளம் கண்டு கொள்ள முடியாத அளவிற்கு உடல் நிலை பாதிக்கப் பட்டிருந்ததே இதற்குக் காரணம். பக்கத்தில் இருந்தவர்கள் கக்கனைப் பற்றி ஓர் அறிமுகம் கொடுக்க, 'ஓ அவரா' என்ற சொல்லோடு கிளம்பிவிட்டார். அந்தச்சோகச்சூழலில் அவர் கேட்டதே பெரியதுதான். அன்றைய தமிழக முதல்வர் டாக்டர் கலைஞர் இந்திராகாந்தி அம்மையாரோடு இருந்தார். இந்திராகாந்தி அம்மையார் காரில் ஏறப்போகும் சமயத்தில் முதல்வர் கலைஞரை அழைத்துத் தமது காரில் ஏறிக்கொள்ளும்படி கூறினார். க'ac ஞர் தம் உதவியாளரை அழைத்து 'நான் அம்மையார் காரில் செல்கிறேன். நீ அங்கு அமர்ந்திருக்கும் கக்கன் அவர்களை நமது காரில் அழைத்துக் கொண்டு வந்துவிடு' என்று சொல்லிவிட்டுச் சென்றார். கலைஞர் பணித்தபடியே முதல்வரின் மகிழுந்தில் ஏறிக் காமராசரின் இறுதி ஊர்வலத்தில் கலந்து கொண்டார் கக்கன்.

அந்தப் பரபரப்பான சூழலில், தலைமை அமைச்சர் கூடவே செல்லும் அவசர நிலையிலும், கக்கன் கவனிப்பாரற்று

அமர்ந்திருப்பதை உணர்ந்த கலைஞர் தாமே முன்வந்து உதவிய கனிவான உள்ளத்தை இன்றும் கக்கனின் தம்பிகளும் பிள்ளைகளும் நன்றியோடு நினைவு கூறி மகிழ்கிறார்கள்.

74. ஒன்று படுத்திய உள்ளம்

காமராசரின் தலைமைக்குப் பின் வேறொரு தலைமை கட்சிக்குத் தேவைப்பட்டது. ஆனால், அவர் இயற்கை எய்தும் முன்பே காங்கிரசின் இரு அணிகளும் இணைந்து செயற்படுவதே நாட்டிற்கு நல்லது என்ற எண்ணத்தைக் கக்கன் போன்றவர்களிடம் காமராசர் கலந்து ஆலோசித்ததாகத் தெரிகிறது. அந்த எண்ணத்தை மனத்தில் கொண்டு காங்கிரசின் இரு அணிகளும் ஒன்றுபட வேண்டும் என்ற தனது எண்ணத்தை வெளியிட்டதுடன் இந்த இணைப்பிற்கு முயன்று கொண்டிருந்த டி.டி.கிருஷ்ணமாச்சாரிக்கு முழுமையான ஒத்துழைப்பைக் கொடுத்தார்.

ஆனால் அன்றைய "காங்கிரஸ் ஓ" பிரிவில் பல எதிர்ப்புகள். கருப்பையா மூப்பனார் அவர்களை அனுப்பி பேச்சுவார்த்தை நடத்துவது என்ற முடிவுக்கு வந்தனர். அம்முடிவின்படி மூப்பனார் அவர்களை 12.12.1969 அன்று இந்திரா காந்தி அம்மையாரைச் சந்தித்து இணைப்பிற்கான பேச்சுவார்த்தை நடத்தி முடிவுக்குக் கொண்டு வந்தார். அவ்வாறே 1976 ஜனவரி ஒன்பதாம் நாள் காங்கிரஸ் கட்சியின் இரு பிரிவுகளும் இணைந்து ஒன்றாயின. ஆனால், தமிழகத்தின் காங்கிரஸ் தலைவர்கள் இணைப்பில் கலந்து கொள்ளாமல் தனித்து நின்றனர்.

எப்படியும் காங்கிரஸ் ஒன்றுபட வேண்டும் என்ற காமராசரின் எண்ணம் நடந்தேறியது. இந்த இணைப்பிற்கு முழு ஆதரவும் ஒத்துழைப்பும் கொடுத்து கக்கன் இரு அணிகளையும் ஓரணியாக்கினார். தண்ணீரைப் பிளந்து செல்லும் மீனுக்குப் பின்னே அத்தண்ணீர் பிளவு நீங்கி ஒன்றிவிடுவது தானே இயற்கை.

"ஒன்றுபட்டால் உண்டு வாழ்வு
நம்மில் ஒற்றுமை நீங்கிடில்
அனைவருக்கும் தாழ்வு

நன்றிது தேர்ந்திடல் வேண்டும்
இந்த ஞானம் வந்தால்
பிறகு நமக்கென்ன வேண்டும்“

– பாரதியார்

75. நடிகர் திலகம் செய்த கடலினும் பெரிய உதவி

வறுமையில் வாடியவர்கள் தம்மைத் தேடி வந்து கேட்கும்போதெல்லாம், அவர்களுக்குத் தேவையானதை இல்லை என்று கூறாமல் கொடுப்பதையே 'கொடை' என்று கூறிவந்தனர். அப்படிக் கொடுப்பவர்களை 'வள்ளல்'கள் எனவும் போற்றினர். ஆனால், வறுமையில் வாடும் மனிதனைத் தேடிச் சென்று வழங்கும் கொடையை இருபதாம் நூற்றாண்டில் ஒருவர் செய்து காட்டினார். அதை என்னவென்று கூறுவதெனத் தெரியவில்லை! அவர் வேறு யாரும் இல்லை!

நடிகர் திலகம் சிவாஜி கணேசன்தான். கக்கன் அமைச்சர் பொறுப்பில் இருந்தபோது எந்த உதவி வேண்டியும் கக்கன் முன்சென்று நின்றவரில்லை சிவாஜி! கக்கனிடம் பயன் பெற்றவர்கள் எத்தனையோ பேர் கண்டும் காணாமல் வாழ்ந்து கொண்டிருந்த கால கட்டத்தில், சிவாஜி கணேசன் மட்டும் கக்கனுக்கு எப்படியாவது உதவ வேண்டுமென்று முடிவு செய்தார். இதைப்பற்றி வெளியில் யாரிடமும் கலந்து ஆலோசிக்கவும் இல்லை.

அரசியலில் ஈடுபட்டுப் பெயரையும் புகழையும் பெற வேண்டும் என்பதற்காகப் பகட்டிற்காகப் பணத்தைப் பலருக்குக் கொடுத்து, அதைப் படமெடுத்துப் பத்திரிகைகளில் போட்டு விளம்பரம் தேடிக்கொள்ளும் காலத்தில் காதும் காதும் வைத்தாற்போல் கணேசன் ஓர் உன்னதமான கொடை கொடுக்க முடிவு செய்தார். பயனை எதிர்பார்க்காமல் சிவாஜி கணேசன் செய்ய நினைத்த உதவி குறித்து என்ன சொல்ல முடியும்.

> **“பயன்தூக்கார் செய்த உதவி நயன்தூக்கின்**
> **நன்மை கடலின் பெரிது”**

என வள்ளுவர் கூறியதுதான் நினைவுக்கு வருகிறது. அதாவது, 'என்ன பயன் கிடைக்கும் என்று ஆராயாமல் ஒருவன் செய்த உதவியை ஆராய்ந்து பார்த்தால். அதன் நன்மை விரிந்து பரந்துள்ள கடலைவிடப் பெரிதாகும்' என்பது பொருள்.

கக்கனுக்கு சிவாஜி கணேசன் செய்ய நினைத்தது இவ்வகை உதவிதான்.

இந்தச் சமுதாயத்தின் நலனையும் நாட்டின் நலனையும் முக்கியமாகக் கருதி, தம் நலனையும் தம் குடும்பத்தின் நலனையும் எண்ணிச் செயல்படாமல், தாளமுடியாத வறுமையில், எதையும் வெளியில் சொல்லாமல், செம்மையான வாழ்வை நடத்திக் கொண்டிருந்த கக்கனுக்குக் கட்டாயம் உதவவேண்டும் என்று தம்முள் உறுதி எடுத்துக் கொண்டார். அதையும் பிறர் அறியாவகையில் திடீரெனச் செய்ய நினைத்தார்.

1971ஆம் ஆண்டில் ஒரு பொது நிகழ்ச்சியில் தமக்குப் பரிசாகக் கிடைத்த தங்கச் சங்கிலியை ஏலம் விட்டார். அதில் கிடைக்கும் தொகையை யாருக்கு, எதற்காகக் கொடுக்கப் போகிறார் என்பதை எல்லாம் வெளியில் சொல்லாமல் ஏலம் விட்டார். 50 ஆயிரம் ரூபாய் கைக்கு வந்ததும், அத்தொகை நிலையாக இருந்து பயன்தர வேண்டும் என்ற எண்ணத்தில் அன்றைய காங்கிரஸ் கட்சி சட்டமன்ற உறுப்பினரான செங்கோட்டுவேலன் நிறுவனராகவும் இயக்குநராகவும் செயல்பட்ட 'ஈரோடு பைனான்சியர்ஸ்' என்ற தனியார் நிதி நிறுவனத்தில் கக்கன் பெயரில் நிரந்தர வைப்புத்தொகையாக முதலீடு செய்தார். அதன் பதிவுப் பத்திரத்தைக் கக்கனிடம் கொடுத்தார். அத்தொகைக்கு வழங்கப்படும் வட்டித் தொகையை மாதா மாதம் பெற்றுச் செலவு செய்து கொள்ளுமாறு கூறினார்.

இப்படி ஒரு தொகை வழங்கப்பட்ட காலத்தில் அது மிகப் பெரியதொரு கொடையாகக் கருதப்பட்டது. கக்கனுக்கு எவரும் உதவ முன்வராத காலத்தில் இப்படி ஒரு கொடை வழங்கியதால் சிவாஜி கணேசன் பெயர் வரலாற்றில் என்றென்றும் நிலைத்து நிற்கும் நிலை ஏற்பட்டது.

76. கேரள முதல்வர் அச்சுதமேனோன் அளித்த உதவி

காங்கிரஸ் இணைப்பிற்குப் பிறகும் கக்கன் உடல் நலக் குறைவாகவே இருந்துவந்தார். குடும்பத்தினர் 1977 தொடக்கத்தில் முட நோய் காரணமாகக் கேரள மாநிலக் கோட்டக்கல் சித்த மருத்துவமனையில் மருத்துவம் செய்யத் திட்டமிட்டனர். ஆனால், அதில் சேர வேண்டுமானால் பணவசதி வேண்டும். இல்லையென்றால் விண்ணப்பித்து குறைந்தது ஆறுமாதகாலம் காத்திருக்க வேண்டும். அவ்வாறான சூழலில் உடனே கொண்டு போய்ச் சேர்ப்பது கடினமாக இருந்தது.

அப்போது கக்கனைக் காணவந்த அவரது உறவினரும் பனைவெல்லத் துறையின் இயக்குநராகப் பணியாற்றி வந்தவருமான திரு. சம்பந்தன் தானே ஒரு கடிதத்தைக் கேரள முதல்வர் அச்சுதமேனோன் அவர்களுக்குக் கக்கனின் நிலைகுறித்து எழுதினார். விடுதலைப்போர் வீரர்களை மனத்தால் வணங்கும் அச்சுதமேனன் அந்த மருத்துவமனை இயக்குநருக்குக் கடிதம் எழுதி உடனடி அனுமதிக்கு ஆணையிட்டார். மேலும், அக்கடிதத்தின் படியைக் கக்கனுக்கு அனுப்பி உடனே மருத்துவமனைக்குச் செல்லவும் வேண்டிக் கொண்டார்.

ஒரு தனி மனித மடலுக்கு அதுவும் வேறொருவர் எழுதிய மடலுக்கு இத்துணையளவு முக்கியத்துவம் கொடுத்து ஆவன செய்த அச்சுதமேனனின், உயரிய உள்ளத்தைக் கக்கன் குடும்பத்தினரும் உறவினர்களும் நன்றியோடு பாராட்டுகிறார்கள்.

இந்த வாய்ப்பை விட்டால் வேறு வாய்ப்பைத் தேடி அலையமுடியாது என்பதால் கோட்டக்கல் மருத்துவமனைக்குச் செல்ல கக்கனிடம் இசைவு பெற்றனர்.

கக்கனும் மருத்துவனையில் சேர்க்கப்பட்டார். முதல்வரின் பரிந்துரையில் சேர்க்கப்பட்டிருப்பதால் தனிக் கவனம் செலுத்தி

மருத்துவம் அளித்தனர். மேலும் முதல்வர் அச்சுதமேனோன் கேட்டுக் கொண்டதற்கிணங்க அம்மாநில அமைச்சர் "திரு. ஈச்சரன்" என்பவர் கக்கனை மருத்துவமையில் சந்தித்து சிறப்பாகச் சொல்லப்படும் "கதகளி" ஆட்டத்திற்கும் ஏற்பாடு செய்தார். கக்கனை மகிழ்விப்பதன் பொருட்டுச் செய்யப்பட்ட நிகழ்ச்சியாக இருந்தாலும் அந்த மருத்துவமனையில் இருந்த அனைவரும் அதைக் கண்டு மகிழ்ந்தனர்.

ஆறுமாத காலம் தங்கித் தொடர்ந்து சிகிச்சை பெற்றால் முழுமையும் குணமடையலாம் என்று மருத்துவர் ஆலோசனை கூறினார். ஆனால், இரண்டு மாதங்கள் தங்கிப் பெற்ற சிகிச்சைக்கே பணம் கட்ட முடியாத நிலை உருவாயிற்று. அந்தப் பொருளாதார நெருக்கடியைத் தீர்த்துக்கொள்ள வழி தெரியவில்லை. கக்கனின் மகன் டாக்டர் சத்தியநாதன் ஓர் அரசியல் தலைவரை அணுகிப் பொருளாதார உதவி கேட்டார். அந்தத் தலைவர் நினைத்திருந்தால் எவ்வளவு உதவி வேண்டுமானாலும் செய்திருக்கலாம். அப்படி உதவியிருந்தால் ஒருவேளை முடநோய் குணமடைந்திருக்கக்கூடும் என்று கூறுகிறார் சத்தியநாதன்.

தம்மைக் காத்துக் கொள்ள வேண்டிய அளவிற்குக் கூடப் பொருள் சேர்க்காமல் இருந்ததை எண்ணி எண்ணிப் பிழைக்கத் தெரியாத மனிதர் என்று தமிழக மக்கள் சொல்லி வருந்துகின்றனர்.

ஆனால், கக்கனின் மகன் பொருளுதவி கேட்டு அந்தத் தலைவரைச் சந்தித்ததோ அந்தத் தலைவர் இல்லை என்று அனுப்பியதோ கக்கனுக்குத் தெரியாது. அவருக்குத் தெரிந்திருந்தால் அவ்வாறு கேட்க அனுமதித்திருக்க மாட்டார்.

"கடவுள் செல்வத்தை உயர்ந்த பொருளாக மதித்திருந்தால் அதைப் பண்பில்லா இழிந்த மக்களிடம் கொடுத்திருக்கவே மாட்டார்" என்று வெளிநாட்டு அறிஞர் ஒருவர் கூறிய பொன்மொழியைத் தான் எண்ணிப் பார்த்து அமைதி பெற வேண்டும்.

பொருளாதாரச் சிக்கலால் சிகிச்சையை இடையிலேயே முடித்துக்கொள்ளத் திட்டமிட்டனர். ஆனால், பணம் கட்டிய பிறகுதான் மருத்துவமனையிலிருந்து வெளியே வரமுடியும்

என்ற நிலை வந்தது. நடிகர் திலகம் சிவாஜிகணேசன் அவர்கள் வைப்புநிதியாக போட்டுக் கொடுத்திருந்த ஐம்பதாயிரம் ரூபாயில் பத்தாயிரம் ரூபாய் எடுக்க வேண்டியதாகிவிட்டது. எடுத்துச்செலவு செய்ய இயலாத அளவிற்கு வைத்திருந்த வைப்பு நிதியை எடுப்பதற்குள் போதும் போதும் என்று ஆகிவிட்டதாம். அப்படி எடுத்த பணத்தைக் கொண்டு முழுத்தொகையும் கட்டி மருத்துவமனையிலிருந்து சென்னை வந்தடைந்தார். இவ்வாறான நிலையில் அரசியல் நடத்த இயலுமா?

ஆள்பலம், பணபலம் இருந்தால் அரசியல் நடத்தலாம் என்ற நிலையில் அந்த இரண்டும் இல்லாத இவரால் எப்படி அரசியல் நடத்த முடியும்? மேலும் உடல்நலமும் ஒத்துழைக்க மறுத்தது. இந்நிலையில் இவர் அரசியலிலிருந்து ஓய்வு பெற்றார்.

77. மக்கள் திலகம் எம்.ஜி.ஆர். வழங்கிய உதவி

1979 ஆம் ஆண்டு தொடக்கத்தில் கக்கன் மதுரைக்குச் சென்றிருந்தார். அப்போது உடல் நலக்குறைவு ஏற்பட்டது. மதுரை அரசு மருத்துவமனையில் சேர்க்கப்பட்டார். அன்றைய முதலமைச்சரான எம்.ஜி.ஆர் அப்போது மதுரை மாவட்டத்தில் சுற்றுப்பயணம் செய்து கொண்டிருந்தார். கக்கன் மருத்துவமனையில் இருக்கும் செய்தியைக் கேள்வியுற்று அவரைச் சந்திக்க விரும்பினார். முன்னறிவிப்பின்றிக் கக்கனைப் பார்த்து நலன் விசாரிக்க மதுரை அரசு மருத்துவமனைக்குச் சென்றார்.

இது குறித்துத் தினமலர் நாளிதழ் வெளியிடும் வாரமலர் (26.03.2000 இதழில்) மதுரை எஸ்.எஸ்.இராமகிருட்டிணனின் “ஒரு புகைப்பட நிருபரின் அனுபவங்கள்” என்ற தலைப்பில் எழுதிய கட்டுரையின் பகுதி இதோ...!

“மதுரையில் 1980 மேதின விழாவில் கலந்து கொள்ள வந்திருந்தார் எம்.ஜி.ஆர். முன்னாள் மதுரை மேயர் முத்து, அரசு ஆஸ்பத்திரியில் சிகிச்சை பெற்று வந்தார். மதுரை வந்த எம்.ஜி.ஆர். ஆஸ்பத்திரி சென்று, உடல்நலம் விசாரித்தார். பின்னர் காருக்குத் திரும்பிக் கொண்டிருந்த காளிமுத்து, பாலகுருவாரெட்டியார் ஆகியோர் எம்.ஜி.ஆரிடம், ‘அண்ணே முன்னாள் மந்திரி கக்கன் கடந்த ஒரு மாதமா இந்த ஆஸ்பத்திரியில் சிகிச்சை பெற்று வருகிறார்’ என்று கூறவே எம்.ஜி.ஆர். திடீரென நின்று ‘இதை ஏன் முதலில் கூறவில்லை. அவர் எந்த வார்டில் இருக்கிறார்?’ எனக் கேட்டார். உடனே, கக்கனைப் பார்க்கச் சென்றார்.

ஆஸ்பத்திரியில் சாதாரண வகுப்பில் அனுமதிக்கப்பட்டிருந்த கக்கனின் அறையில் அவசரமாக எங்கிருந்தோ சேர்கள் கொண்டு வந்து போடப்பட்டன. உடம்பில் ஒரு துண்டு மட்டும் போர்த்திக் கொண்டு, முக்கால் நிர்வாண கோலத்தில் இருந்த கக்கனைப் பார்த்த எம்.ஜி.ஆர் அவர்களுக்குச் சில நிமிடங்கள் ஒன்றுமே பேசஇயலவில்லை. ஒருவரைப்

பார்த்து ஒருவர் கண் கலங்கினர். இந்தக் காட்சியைக் கண்ட உடன் சென்றிருந்த அனைவரும் உணர்ச்சிப் பிழம்பாயினர். காமராஜர் காலத்தில் போலீஸ் மந்திரியாக இருந்தவர் கக்கன். அவரது உத்தரவுக்காக எத்தனை அதிகாரிகள் காத்திருப்பர். அப்படிப்பட்டவரை, இன்று இந்தக் கோலத்தில் பார்த்து, கக்கனின் கைகளைப் பிடித்துக்கொண்டு கலங்கிய எம்.ஜி.ஆர்., 'உங்களுக்கு நான் என்ன உதவி செய்ய வேண்டும்?' எனக் கேட்டார். 'உங்கள் அன்பு இருந்தால் போதும்... நீங்கள் பார்க்க வந்ததே சந்தோஷம்' என்றார் கக்கன்.

'விசேஷ வார்டுக்கு மாற்றச் சொல்லவா?' எனக் கேட்டார் எம்.ஜி.ஆர். 'வேண்டாம்' என மறுத்தார் கக்கன். புறப்படும்போது, மீண்டும் கக்கனின் இரு கைகளையும் பிடித்துக் கொண்டு 'என்னிடம் என்ன உதவி தேவையாயினும் உடனே தெரியப்படுத்துங்கள் செய்கிறேன்' எனக்கூறி விடை பெற்றுச்சென்றார்.

இதற்குப்பின்னாலும் எம்.ஜி.ஆர். அப்படியே விட்டுவிடவில்லை. உடனே அந்த மருத்துவமனையின் பொறுப்பாளரை அழைத்து, 'இவர் யார் என்று தெரியுமா? இவரது உழைப்பால் பெற்ற சுதந்திரத்தால் தான் நாம் வாழ்ந்து கொண்டிருக்கிறோம். இவரை இதுமாதிரி பொதுமக்களோடு மக்களாக நடத்த உங்களுக்கு எப்படி மனம் வந்தது?' என்று கேட்டதோடு நில்லாமல், தனியறை வசதியும் தகுந்த உயர்தர மருத்துவமும் கிடைக்க அப்போதே அதிகாரிகளுக்கு ஆணையிட்டார். மேலும் 'ஏதேனும் மருந்து கிடைக்கவில்லை என்றால் எனக்குச் செய்தி கொடுங்கள். அம்மருந்துகள் கிடைக்க ஆவன செய்கிறேன்' என்று கூறிச் சென்றார். மனம் கனிய நலம் கேட்டுக் கக்கனிடமிருந்து விடை பெற்றார். சென்னைக்குத் திரும்பியதும் கக்கனின் நலனுக்காக, முன்னாள் அமைச்சர் போன்றவர்களுக்குக் கொடுக்கப்படும் இலவச மருத்துவ சிகிச்சைக்கும், இலவச பேருந்துப் பயணத்திற்கும் அரசாணை வெளியிட்டார். பின்னர் கஸ்தூரி சிவசுவாமி அவர்களின் வேண்டுகோளை ஏற்று இலவச வீட்டிற்கும் ஓய்வூதியத்திற்கும் ஆவன செய்தார். காலத்தில் செய்த இவ்வுதவியைக் கக்கனின் குடும்பத்தினர் இன்றும் நினைவு கூறுகின்றனர்.

78. சாதிகளைத் தாண்டிய மனித நேயம்

1920ஆம் ஆண்டு வாக்கில் வைத்தியநாதய்யர் அவர்களுக்குக் கக்கன் அறிமுகம் செய்து வைக்கப்பட்டார். கக்கன் கல்வியில் கொண்டிருந்த ஆர்வமும் அவர் பொதுத்தொண்டில் காட்டும் நேர்மையும் ஐயரை மிகவும் கவர்ந்தது. அதனால், தமது வீட்டிலேயே தங்க இடம் கொடுத்தார். கக்கனின் பழக்க வழக்கங்களைக் கண்டு வியந்து போன ஐயர் தமது வீட்டிலேயே உணவு கொடுத்தார். தொடர்ந்து தம் மக்களோடும் தம் மனைவியோடும் கக்கன் காட்டும் பாச உணர்வு ஐயரைப் பெரிதும் கவர்ந்தது. கக்கனைத் தம் மக்களில் ஒருவனாகவே கருதினார். இரவு எத்தனை மணிக்கு வீடு திரும்பினாலும் “கக்கன் வீட்டிற்கு வந்தாகிவிட்டதா? சாப்பிட்டு விட்டானா?” என்று கேட்காமல் அவர் சாப்பிட்டதேயில்லை என்ற செய்தியை ஐயரின் மக்கள் இன்றும் சொல்லி வியந்து போகிறார்கள்.

தாழ்த்தப்பட்ட மக்களின் நலனுக்காகத் தம்மை அர்ப்பணம் செய்து கொண்ட ஐயர் கக்கனுடன் நெருங்கிப் பழகும்போது தான் பல உள்ளுணர்வுகளைப் புரிந்து கொள்ள முடிந்ததாம்.

1939ஆம் ஆண்டு திருக்கோவில் நுழைவு (ஆலயப் பிரவேசம்) செய்த போது அவ்வுணர்வுகளை மனதில் தாங்கியே ஆலயப் பிரவேசக் குழுவில் கக்கனையும் இணைத்துக் கொண்டார். அதற்குப் பின்னால் கக்கன் மாவட்டக் காங்கிரஸ் கமிட்டி உறுப்பினர் தேர்தலில் நின்ற போது தாமே தேர்தலில் போட்டியிட்டது போல் செயல்பட்டதை அவர் பலமுறை சொல்லி மகிழ்ந்திருக்கிறார். அவ்வாறு படிப்படியாக உயர்த்தி இந்த நாட்டின் அரசியல் சட்டசபை உறுப்பினராகவும் நாடாளுமன்ற உறுப்பினராகவும் உயர்த்தி அழகு பார்த்தவர் ஐயர்.

1955ஆம் ஆண்டு நாடாளுமன்ற உறுப்பினராகவும் காங்கிரஸ் கட்சியின் தமிழ்நாட்டுத் தலைவராகவும் இருந்தார் கக்கன். உடல்நலக் குறைவாக இருந்த ஐயர் 1955ஆம் அண்டு பிப்பரவரி

23ஆம் நாள் காலமானார். இச்செய்தி கேட்டு மதுரைக்கு விரைந்தார் கக்கன். ஐயரின் குடும்ப உறுப்பினர்கள் கக்கனுடன் கலந்து துக்கத்தைப் பகிர்ந்து கொண்ட முறைகளைக் கண்ட ஐயரின் உறவினர்கள் வியப்பில் மூழ்கினர்.

இறுதிச்சடங்கு செய்யும் நேரம் நெருங்கியது. ஐயரின் மக்கள் மரபுப்படி மொட்டையடித்துக் கொள்ளி வைக்கும் நிகழ்ச்சியைத் தொடங்கினர். கக்கனும் மொட்டையடித்துக் கொண்டு பிள்ளைகளுடன் பிள்ளையாக நின்றார். இதைக் கண்ட ஐயரின் உறவினர்கள் மற்றும் சமுதாயத் தலைவர்கள் எதிர்த்தனர். 'இது என்ன அநியாயம்?'. பெற்ற பிள்ளைகள் மட்டுமே செய்ய வேண்டிய ஓர் இறுதிக் கடனை வேறொருவன் செய்வதா? அதுவும் ஒரு தாழ்த்தப்பட்ட இனத்தைச் சார்ந்த ஒருவன் செய்வதா?' என்று பல்வேறு கேள்விகளை எழுப்பி நிகழ்ச்சியைத் தடை செய்தனர்.

'வைத்தியநாதய்யரின் மனைவியும் அவரது பிள்ளைகளும் எப்படி இதை அனுமதிக்கலாம்? அவர்கள் முறையான பதிலை நமக்குச் சொல்லியே ஆக வேண்டும். இந்த ஐயர் சமுதாயத்தில் இவர்கள் மட்டுமா வாழ்கிறார்கள்? நாமும் தானே வாழ்கிறோம்? இப்படி முறையற்ற செயலை இவர்கள் செய்தால் நாளை நமக்கு என்ன மரியதை கிடைக்கும்' என்று ஐயர் சமுதாயத் தலைவர்கள் பொங்கி எழுந்தனர்.

வருத்தத்தில் ஆழ்ந்திருந்த வீடு விவாதமேடையாக மாறியது. எப்படி இருந்தாலும் ஐயரின் பிள்ளைகளை அழைத்துப் பேசி முடிவு செய்யலாம் என்றனர் சிலர். அதுபோலவே அவர்களை அழைத்துத் தனியே பேசினார்கள்.

'நாங்கள் பிறப்பால் மகன்களானோம். ஆனால், கக்கன் வளர்ப்பால் மகனாவார். ஆகவே எங்களுக்கு என்ன உரிமை இருக்கிறதோ அதே உரிமை கக்கனுக்கும் இருக்கிறது' என்று வைத்தியநாதய்யரின் மனைவியும் அவரது மக்களும் சொன்னதைக் கேட்டு ஐயர் இன சமுதாயத் தலைவர்கள் வாயடைத்துப் போயினர்.

79. தந்தை வழியில் பிள்ளைகள்

அஞ்சாநெஞ்சமே சொத்து என்றிருந்த ஐயரின் பிள்ளைகள் ஒருமித்த குரலாகக் 'கக்கன் எங்களின் உடன்பிறவா சகோதரன். அவரையும் சேர்த்துக் கொண்டுதான் எங்கள் தந்தையின் இறுதிச் சடங்கை செய்யப் போகிறோம். எவருக்கேனும் இதில் தடை இருக்குமானால் அல்லது எங்களின் இந்த முடிவினை எவராவது ஏற்க விரும்பவில்லையெனில் இச்சடங்கில் கலந்து கொள்ளாமல் இவ்விடத்தை விட்டுச் சென்று விடலாம்' என்று கூறியதைக் கேட்டுச் சில சமுதாயத் தலைவர்கள் அதிர்ந்து போனார்கள். பலர் அவ்விடத்தை விட்டுச் சென்று விட்டனர். இனவெறி நிறைந்த அந்தக் கும்பலைச் சேர்ந்தவர்கள் தனித்துக் கூட்டம் போட்டு ஐயர் குடும்பத்தைச் சமுதாயக் கட்டுப்பாடு செய்து ஒதுக்கி வைத்தனர்.

இத்தனைக்கும் பின்னால் தளர்வில்லாமல் இறுதிச்சடங்கிற்கான ஏற்பாடுகள் செய்யப்பட்டன. அவ்வேளையில் கக்கனையும் தனியே அழைத்து 'உன்னால் தான் இந்தச் சண்டை, நீ கொஞ்சம் விலகிக் கொண்டால் என்ன?' என்று சிலர் வினவினர். 'நான் இன்று அணிந்திருக்கிற இந்தக் கதராடை, இதோ இந்த உடல், நான் தற்போது வகித்து வரும் பதவியெல்லாம் ஐயர் தந்தது தான். இவை எல்லாவற்றையும் விட நான் இன்று மனிதனாக மதிக்கப்படுவதே அவர் காட்டிய மனிதநேயத்தால் தான். அவ்வாறு என்னை உருவாக்கிய தந்தையாகிய ஐயருக்கு நான் இந்த இறுதிச் சடங்கைச் செய்யவில்லையென்றால் நான் உயிருடன் இருப்பதில் பொருளே இல்லை' என்று ஆவேசத்துடன் கூறினார். இதைக் கேட்ட சாதிவெறிபிடித்த அறிவுஜீவிகள் திகைத்து நின்றனர். "மனித உறவுகள்" என்பது மனங்களின் சங்கமம் என்பதை உணர முடியாத நிலையில் அமைதியாயினர்.

ஒரு மகன், தன் தந்தையின் மரணத்தின்போது என்னென்ன சடங்குகள் செய்ய வேண்டுமோ அவை அனைத்தையும் செய்தார் கக்கன். சமுதாயமே ஒன்றுகூடி எதிர்த்தபோதும் தமது

எண்ணத்தை மாற்றிக் கொள்ளாத மனவலிமையைக் கண்டு பலரும் வியந்தனர்.

ஆரிய சமுதாயம் வைத்தியநாதய்யர் குடும்பத்தைச் சமுதாயத் தொடர்பிலிருந்து தள்ளி வைத்தது. அதனால், உருவான பல இடர்களைத் தாண்டி வெளிவந்து இன்றைய சமுதாயத்தால் மதிக்கத்தக்க அளவில் ஐயரின் குடும்பம் பெருமையுடன் வாழ்ந்து கொண்டு இருக்கிறது. “எனது வாழ்க்கையே உங்களுக்குப் பாடம்” என்ற காந்தியடிகளின் சீடரான ஐயர் அவரது வாழ்க்கையையே பிறருக்குப் பாடமாக விட்டுச் சென்றிருக்கிறார்.

80. வாடகை வீடு

ஐந்து ஆண்டுகள் நாடாளுமன்ற உறுப்பினராகவும், பத்து ஆண்டுகள் சென்னை மாகாணத்தின் அமைச்சராகவும் பொறுப்புகளை வகித்த ஒருவர், பதவி போனபின் குடி இருக்க வீடு இல்லாமல், வாடகை வீடு தேடி அலைவது என்பது எவருக்கும் துன்பம் தரக்கூடிய நிலைதான். இந்த நிலைக்கு ஆளானார் கக்கன். பதவி போனதால் அரசு அளித்த வீட்டைக் காலி செய்தாக வேண்டிய கட்டாயம். அப்படிக் காலி செய்தபின் எங்கே சென்று தங்குவது? என்பது அவர்முன் நின்ற கேள்வி. ஏழு உறுப்பினர் கொண்ட ஒரு குடும்பத்திற்குச் சென்னை போன்ற நகரத்தில் உடனே வாடகை வீடு கிடைக்குமா என்பது ஐயம்தான். அமைச்சராக இருந்த ஒருவர் வாடகைக்கு வீடு தேடுகிறார் என்றால் யார் நம்புவா'a3கள். கக்கன் பதவியில் இருந்தபோது அவரால் சுகம் அனுபவித்தவர்கள் எவரும் திரும்பிக் கூடப் பார்க்கவில்லை. அவரைப் போலவே எளிமையான வாழ்வு வாழ்ந்த தொண்டர்கள் ஒரு சிலரே வந்து சென்றனர். அவர்களால் எதுவும் செய்ய முடியவில்லை. செய்ய விரும்பினாலும் அவர் ஏற்றுக் கொள்வாரா என்பது வினாவாகவே இருந்தது.

இச்சூழலில் கக்கனின் மூத்த மகன் பத்மநாதன், தம் தந்தைக்கு உதவ முன்வந்து, ஓர் அதிகாரியை அணுகினார். அந்த அதிகாரி எதிரணிக் குழுவில் பணியாற்றுகிற அரசு ஊழியராக இருந்தார். கக்கனின் உண்மையான உள்ளத்தை உணர்ந்த அந்த அதிகாரி, காங்கிரஸ் கட்சியைச் சார்ந்த தலைவரான கக்கனுக்கு உதவிட மனமுவந்து முன்வந்தார். அந்த அதிகாரி கக்கனின் குடும்பத்தை நன்றாக அறிந்தவர். கக்கனின் பொருளாதார நிலையை, உன்னத வாழ்வைத் தெளிவாக உணர்ந்தவர். ஆகவே, அவருக்கு உதவுவதற்குக் கிடைத்த நல்ல வாய்ப்பாக எண்ணிக்கொண்டு, பத்மநாதனுக்கு நன்றி கூறியவாறு முயற்சி மேற்கொண்டார்.

சென்னை, இராயப்பேட்டை கிருஷ்ணாபுரம், வீட்டு எண்.1 பி என்னும் நீதிமன்ற வழக்கிற்கு உட்பட்ட வீட்டை ரூ.192/-

வாடகை முடிவு செய்து ஒதுக்கீடாகப் பெற்றுத்தந்தார். ஒரு வகையில் பொறுப்புள்ள மகனால் தங்குவதற்குச் சற்று வசதியான வீட்டைக் கக்கன் பெற்றதில் மகிழ்ந்தார். பதவி சுகத்தை அனுபவித்தவர்கள் விலகி ஓடிய காலத்தில் இப்படி ஒருவர் வந்து உதவியதைக் கக்கனின் மக்கள் எக்காலத்திலும் மறுக்கவில்லை. இதற்குப் பின்னர் வீட்டு வசதி வாரியச் செயலாளராக இருந்தவரும் கக்கனின் சம்பந்தியுமான வி.எஸ். சுப்பையா, ஐ.ஏ.எஸ். தியாகராய நகர் பகுதியில் உள்ள சி.ஐ.டி. நகர் முதல் பிரதான சாலையில் அமைந்திருந்த 11 ஆம் எண் வீட்டை 'வாடகைக்கு ஒதுக்கீடு' செய்து உதவினார். கக்கன் தமது இறுதிக் காலம்வரை அந்த வீட்டில்தான் குடியிருந்தார்.

81. தியாகிகளும் போலியா?

"குழந்தைக்கு வாயில்
சொட்டு மருந்து!
வாக்காளருக்கு கையில்
சொட்டு மருந்து!
இரண்டுமே போலியோ?"

– என்பது ஒரு புதுக்கவிதை.

மருத்துவர் தொடங்கி சாமியார் வரை போலிகள் பெருகிவிட்டனர். தியாகிகளிலும் அந்த நிலையா?

உண்மையான வாழ்வு என்பதற்குப் பொருள் கேட்டால் கக்கன் என்றே சொல்லிவிடலாம். அந்த அளவிற்கு நண்பர்களிடமும், பொதுமக்களிடமும் உண்மையாக நடந்து கொண்ட அரசியல் தலைவர் கக்கன். பின்னாளில் வயது முதிர்ச்சியின் காரணமாக நினைவுப் பிறழ்ச்சி ஏற்பட்ட நிலையில் இருந்தார். அவரைப் பார்க்க வரும் எவரையும் அன்புடன் வரவேற்றுப் பேசுவார். பேசிக் கொண்டிருப்பவரிடம் 'எப்போது வந்தீர்கள்? உங்கள் பெயர் என்ன?' என்று கேட்டுத் தெரிந்து கொள்வார். அந்த அளவிற்கு நினைவுப் பிறழ்ச்சி ஏற்பட்டுவிட்டது.

அந்தக் காலகட்டத்தில்தான் விடுதலை வீரர்களுக்கு ஓய்வூதியம் கொடுக்க அரசு ஆணை வழங்கியிருந்தது. நாடறிந்த விடுதலை வீரருடன் சிறையில் இருந்ததாகச் சான்று பெற்றால்தான் விண்ணப்பிக்க முடியும் என்ற நிலை. அதைப் பெற்றுக்கொள்ளப் பலர் கக்கன் வீட்டிற்கு வந்தனர். இதற்குமுன் இல்லாத அக்கறை பலருக்கு வந்ததுபோல் காட்டிக் கொண்டனர்.

கக்கனுடன் தாமும் சிறையில் இருந்ததாகக் கதைகள் சொன்னார்கள். அந்தக்கதையை நம்பிப் பலருக்குச் சான்றுகள் வழங்கினார். அந்தச் சான்றுகளின் உண்மை நிலையை அறிய வந்த அதிகாரிகள் கக்கனின் நினைவுத் தடுமாற்ற நிலையைக் கண்டு ஐயப்பட்டனர்.

அதனால், இரகசிய ஆய்வு ஒன்றை நடத்தினர். கக்கனிடம் சான்று பெற்ற பலர் பொய்யான தகவல்களின் அடிப்படையில் சான்று பெற்றதாகத் தெரியவந்தது. தொடர்புடைய அதிகாரிகள் கக்கனின் வீட்டிற்கு வந்து நடந்ததைச் சொல்லி இனி எவருக்கும் சான்று வழங்க வேண்டாம் என்று வேண்டிக் கொண்டனர். அதன் பின் எவருக்கும் சான்று வழங்கவில்லை. இதனால், சில உண்மையான விடுதலை வீரர்களுக்குக் கூட சான்று வழங்க முடியாமல் போய்விட்டது.

இம்மாதிரியான தவறுகளைச் செய்தவர்கள் வெளிநாட்டிலிருந்து அல்லது வெளி மாநிலத்திலிருந்து வந்தவர்கள் அல்லர். தமிழகமண்ணிலே பிறந்து தமிழைத் தாய்மொழியாகக் கொண்ட தமிழர்கள் தாம் என்று நினைக்கும்போது ‘‘நெஞ்சாரப் பொய்தன்னைச் சொல்ல வேண்டா’’ என்ற சொற்கள் இவர்கள் நெஞ்சங்களில் பதியவில்லையே என்பதை நினைத்து வருந்து வேண்டி இருக்கிறது. ‘‘கக்கன் அவர்களுக்கு நல்ல நினைவாற்றல் இருந்திருந்தால் சட்டப்படி தண்டனை வாங்கிக் கொடுத்திருப்பார்’’ என்றே கூறலாம்.

எவரையும் ஏமாற்றக் கூடாது என்ற உண்மையான கக்கனின் உள்ளத்தைப் பலர் கதராடை வேடம் பூண்டு ஏமாற்றினார்கள் என்பதை எண்ணும் போது நெஞ்சம் கொதித்துப் போகிறது.

82. நல்லவருக்கு உதவிய நல்ல உள்ளங்கள்

இராயப்பேட்டையில் கக்கன் குடியேறிய போது, தம் மக்களுள் மூவர் பள்ளியில் படித்துக் கொண்டிருந்தனர். குடும்பத்தில் மொத்தம் ஏழு பேர் உறுப்பினர் இருந்தனர். குடும்பத்தின் அன்றாடத் தேவைகளை நிறைவு செய்வது என்பது பெரிய கேள்விக் குறியானது. எனினும், அந்தக் கேள்விக் குறியை ஆச்சரியக் குறியாக மாற்றினார் மாரியப்ப நாடார். இவர் உற்றுழி உதவும் நண்பராக வந்த நின்றார்.

இந்தியா விடுதலைக்குப் போராடிய காலத்தில் வறுமையிலும் இடைவிடாமல் போராடத் தேவையான உணர்வு ஊட்டும் கவிதைகளைப் பாடிய பாரதியார், கண்ணனைத் தம் தோழனாகப் பாவித்துப் பாடும்போது,

"கேட்ட பொழுதில் பொருள் கொடுப்பான் சொல்லுள்
கேலி பொறுத்திடுவான் – எனை
ஆட்டங்கள் காட்டியும் பாட்டுக்கள் பாடியும்
ஆறுதல் செய்திடு வான் – என்றன்
நாட்டத்திற் கொண்ட குறிப்பினை இஃதென்று
நான் சொல்லும்முன் உணர்வான் – அன்பர்
கூட்டத்திலே இந்தக் கண்ணனைப் போலன்பு
கொண்டவர் வேறுளரோ?"

என்று பாடுவார். அத்தகைய 'கண்ணன்' போல் கக்கன் குடும்பத்தினர்க்கு அந்த மாரியப்பன் நாடார், 'நன்றி கெட்டவர்கள்' கூட்டத்திடையே நல்ல மனித நேயராகக் கிடைத்தார். மாரியப்பன் நாடார் இராயப்பேட்டையில் 'அஜந்தா ஸ்டோர்ஸ்' என்ற கடையை நடத்தி வந்தார். இவர் கக்கன் பேரில் வைத்திருந்த மரியாதை அளவிடற்கு அரியது.

கக்கன் வீட்டிற்கு வேண்டிய அத்தனை பொருள்களையும் மாரியப்பன் நாடார் மனமுவந்து வழங்கி வந்தார். எப்போதாவது கக்கன் குடும்பத்தினர் கொடுக்கும் சிறு தொகையை மகிழ்ச்சியோடு பெற்றுக்கொள்வார். கடைக்குத் தரவேண்டிய

நிலுவைத் தொகை குறித்து வாய் திறந்ததே இல்லை. அதுமட்டும் இல்லை, கக்கன் வீட்டிலிருந்து யார் வந்து, எதைக் கேட்டாலும் தடை இல்லாமல் கொடுத்தனுப்ப வேண்டும் என்று கடைச் சிப்பந்திகளுக்கு உத்தரவு பிறப்பித்திருந்தார். நீண்ட நாள் நிலுவைத் தொகையைக் கொடுக்க முடியாத நிலை வந்தபோதும் மாரியப்பன் நாடார் கேட்காமல் தொடர்ந்து தேவையான பொருள்களைக் கொடுத்து வந்ததைக் கக்கன் குடும்பத்தவர் எப்போதும் நன்றியோடு நினைவு கூர்கின்றனர். பிற்காலத்தில் நிலுவைத் தொகை முழுவதும் ஒட்டுமொத்தமாகக் கொடுக்கப் பட்டது என்றாலும், மாரியப்பன் நாடார் தம் குடும்பத்திற்குச் செய்த உதவியை மிகப் பெரியதாகப் பாராட்டிக் கக்கன் பலரிடத்தில் பேசியது உண்டு.

டாக்டர் நடராசன்

மாரியப்பன் நாடார்போல் இன்னும் சிலரும் கக்கனுக்கு உதவிகள் செய்தது உண்டு. அத்தகையவர்களுள் குறிப்பிடத் தக்கவர் டாக்டர் நடராசன் ஆவார். மனிதன் ஒருவன் செல்வத்தோடும் சீரோடும் பதவிகளோடும் வாழும்போது அவனுடன் சேர்ந்து நின்று புகழ்பாடி வாழ்த்துவதும், நிலை தவறித் தாழ்ந்தபோதோ, கீழிறியங்கியபோதோ கண்டுகொள்ளாமல் எட்டி நின்று வேடிக்கை பார்ப்பதும் இன்றைய உலகில் வாடிக்கையாகிவிட்டது. இதற்குக் கக்கன் மட்டும் விதிவிலக்காகி விடுவாரா? பதவி போனபின் தேடிவந்து பார்ப்பார் இல்லாத நிலையில், கக்கன் இராயப்பேட்டை பகுதியில் குடியிருந்தபோது தவறி விழுந்துவிட்டார். இச்செய்தியைக் கேட்டு அவசர சிகிச்சை தருவதற்காக வந்தவர்தான் டாக்டர் நடராஜன். டாக்டர் நடராஜன் சென்னைப் பொது மருத்துவமனையின், முடநீக்குத் துறைத் தலைவராகப் பணியாற்றிக் கொண்டிருந்தார். இவர் தாம் வகித்த பதவியைப் போலவே பண்பிலும் பழக்க வழக்கங்களிலும் உயர்ந்தவராகத் திகழந்தார்.

இந்தச் சமயத்தில்தான் கக்கனுக்கு இவர் அறிமுகமானார். அவசர சிகிச்சை அளிக்க வந்த டாக்டர் நடராஜன், கக்கனின் பண்பு நலன்களால் கவரப்பட்டுத் தொடர்ந்து நட்புணர்வோடு பழகினார். 'அழைத்தவர் குரலுக்கு வருவேன்' என்று கண்ணன்

கூறினான் அல்லவா, அதுபோல அழைத்தபோதெல்லாம் டாக்டர் நடராஜன் ஓடோடி வந்து நின்று பல உதவிகளைச் செய்தார். தாம் வரமுடியாத நேரத்தில் தம் உதவியாளர்கள் யாரையாவது விரைவாக அனுப்பிக் கக்கனுக்குத் தேவையான சிகிச்சைகளை அளித்தார். மனம் சலிப்படையாமல் டாக்டர் நடராஜன் தொடர்ந்து வந்து சிகிச்சை அளித்ததைக் கக்கன் மட்டுமன்றி அவர் குடும்பத்தார் அனைவரும் மறவாமல் பாராட்டிப் பேசி வந்ததை யாரும் மறக்க முடியாது. அத்துடன் டாக்டர் நடராஜன் செய்த சிகிச்சைக்கோ, கொடுத்த மருந்திற்கோ எதையும் பெற்றதில்லை என்பதைக் குறிப்பிடாமல் இருக்க முடியாது

83. உடல் நலக்குறைவின் உச்சக்கட்டம்

பெரும்பாலும் மனிதனிடம் பொருளிருந்தால் அறிவு இருப்பதில்லை. அறிவு இருந்தால் பொருள் இருப்பதில்லை. இதையே இருவேறு உலகத்துக்கு இயற்கை என்கிறார் வள்ளுவர். அந்த வகையில் நல்ல சமுதாய வளர்ச்சியை எதிர்நோக்கும் பொதுத் தொண்டன் தனது சொந்த வளர்ச்சியைப் பற்றிக் கவலைப்பட மாட்டானோ? அல்லது தன்னலமுடையவனிடம் பொதுநலன் இருக்காதோ? பொருளில்லார்க்கு இவ்வுலகமில்லை என்ற முதுமொழியை இவரது வாழ்க்கையோடு ஒப்பிட்டுப் பார்க்கலாம்.

பெரியவர் கக்கன் தமது உலக வாழ்க்கையைச் சரியாக அமைத்துக் கொள்ளப் பொருளாதாரம் மிகவும் அடிப்படையான ஒன்று என்ற சிந்தனையே இல்லாமல் இருந்து விட்டார். அவசர நிலையில் தம்மைக் காத்துக் கொள்வதற்குப் பொருளில்லாததால் சரியான மருத்துவம் செய்து கொள்ள முடியவில்லை. அரசு வழங்கும் இலவச மருத்துவமனையில் மட்டுமே சிகிச்சை. தனியார் மருத்துவமனை என்பது அவரது வாழ்நாளில் எட்டாத ஒன்றாகவே இருந்துவிட்டது. இதுதான் ஊழின் வலிமையோ?

படிப்படியாக உடல் நலக்குறைவு அதிகரித்து 1981 அக்டோபர் மாதம் சென்னை அரசு மருத்துவமனையில் சேர்க்கப்பட்டார். ஓரிரு நாள்களில் கக்ககன் சுயநினைவிழந்தார். அன்றைய முதல்வர் எம்.ஜி.ஆர் அவர்களின் பார்வை கக்கனின் மீது இருந்தமையாலும் அவரால் வழங்கப்பட்ட உயர்வகுப்பு மருத்துவ வசதிக்கான அரசாணை நடைமுறையில் இருந்தமையாலும் மிகவும் சிறப்பான சிகிச்சை அளிக்கப்பட்டது. ஆனால், முதுமையின் காரணமாகச் சிகிச்சை பலனளிக்கவில்லை. இவருக்கென்று நவீன வசதி வாய்நத படுக்கை ஒன்றினைப் புதிதாக வாங்கி உடல்நலம் காக்க எம்.ஜி.ஆர். ஆணையிட்டார். அவ்வாறே பல லட்சம் பெறுமானமுள்ள படுக்கை ஒன்றினைக் கக்கனுக்குச் சிறந்த முறையில் சிகிச்சை அளிக்கத் தமிழக அரசு உதவியது. சுய நினைவு திரும்பவே இல்லை. கிட்டத்தட்ட

இரண்டு மாதங்கள் நினைவு திரும்பாத நிலையில் இருந்தார். 1981 ஆம் ஆண்டு டிசம்பர் 23ம் நாள் கக்கன் என்ற நேர்மை விளக்கு அணைந்தது.

ஓர் ஈ, எறும்புக்குக் கூட தீங்கை மனத்தாலும் நினைக்காத அந்தப் பயன் மரம் - பழமரம் சாவு என்னும் அரக்கனால் வெட்டி வீழ்த்தப்பட்டது.

அவர் மக்கள் மனங்களில் பதித்த தன்மானம் மிக்க அரசியல் ஒழுக்கம் என்ற காலத்தடத்தை எந்த இயற்கை அரக்கனாலும் வீழ்த்திவிட முடியாது அல்லவா!.

84. தலைவர்கள் இரங்கல்

மரணம் என்பது உலக வாழ்க்கையில் எழுதி வைக்கப்படாத தீர்ப்பு என்றாலும் இவரது மரணம் பல தலைவர்களுக்கு வருத்தத்தைத் தந்தது. அன்றைய முதல்வர் எம்.ஜி.ஆர். அன்றைய அகில இந்திய இந்திரா காங்கிரஸ் பொதுச்செயலாளர் கருப்பையா மூப்பனார், மாநிலக் காங்கிரஸ் தலைவர் எம். பி.சுப்பிரமணியம், அன்றைய காங்கிரஸின் மேலவைத் தலைவராக இருந்த திண்டிவனம் இராமமூர்த்தி, காங்கிரசின் முன்னாள் மாநிலத் தலைவர் எல். இளையபெருமாள் ஆகியோர் இரங்கற் செய்தி வெளியிட்டனர். "சிறந்த தேசபக்தர் ஒருவரை எளிய வாழ்க்கையை மேற்கொண்டு மற்றவர்களுக்கு எடுத்துக்காட்டாக விளங்கிய சிறந்த தலைவரைத் தமிழ்நாடு இழந்து விட்டது" என்று அச்செய்திகள் கண்ணீர் விட்டன.

கக்கன் மறைவுக்குத் திராவிட முன்னேற்றக் கழகத் தலைவர் கலைஞர் மு. கருணாநிதி அவர்கள் வெளியிட்ட இரங்கல் அறிக்கையில் "தமிழக மக்களுடைய பேரன்பைப் பெற்றிருந்தவரும், தாழ்த்தப்பட்ட மக்களின் நம்பிக்கை நட்சத்திரமாகத் திகழந்தவருமான கக்கன் மறைவுக்குக் கழகத்தின் சார்பில் ஆழ்ந்த இரங்கலைத் தெரிவித்துக் கொள்கிறேன்" என்று குறிப்பிட்டிருந்தார்.

தமிழகத்தில் வெளியாகும் அனைத்துச் செய்தித்தாள்களும் கக்கனின் மறைவுச் செய்தியை வெளியிட்டன.

மாநிலக் கவர்னர் எல். எஸ்.குரானா, முதலமைச்சர் எம். ஜி.ஆர்., அமைச்சர் ஆர்.எம்.வீரப்பன், நடிகர் திலகம் சிவாஜி கணேசன், நடிகர் நம்பியார், சுலோசனா சம்பத், பாடகர் டி.எம். சௌந்தரராஜன், நடிகர் வி.கே.இராமசாமி ஆகியோர் நேரில் வந்து கண்ணீரைக் காணிக்கையாக்கினர்.

இவரது மறைவைக் கேள்வியுற்ற பித்துக்குளி முருகதாஸ் தம் மனைவியுடன் வந்திருந்து கண்ணீர் மல்கப் பார்த்தார். உடல் அடக்கம் செய்யும்போது இரங்கல் பாக்களைப்பாடித் தமது மனவுணர்வினை வெளிப்படுத்தினார்.

“ஒருவரின் பிரிவினால் நம் மனதில் சோகம் சூழ்ந்து, அவரைப்பற்றிய நினைவுகளில் பெருமிதம் அடைகிறோம் என்றால் அந்த மனிதர் மிகச் சிறந்தவர். அவரை மனித இனம் மறப்பதே இல்லை”.

– எழுத்தாளர் ஜெயகாந்தன்

85. தனி இடத்தில் அடக்கம் செய்யத் தகுதியில்லையா?

இறுதி மரியாதை செலுத்த வந்த பல அரசியல் தலைவர்கள் பொதுமக்கள் ஆகியோர் இவருக்குத் தனிஇடம் ஒதுக்கித் தந்து அடக்கம் செய்ய அரசு உதவுமா? என்ற கேள்வியை எழுப்பினர். அதை அன்றைய முதல்வர் எம்.ஜி.ஆர். அவர்களிடம் யார் கேட்பது? எப்படிக் கேட்பது? ஏதேனும் ஒரு அமைப்பு மூலமாக அரசை அணுகினால் நல்லது என்றெல்லாம் பேசப்பட்டன. அப்படியானால் எந்த அரசியல் தலைவர் கேட்பது? கக்கன் எந்த அரசியல் கட்சியைச் சார்ந்து இருந்தாரோ அந்தக் கட்சியோ, தலைவர்களோ இதற்கு முயலாதபோது பிற அரசியல் கட்சிகள் இதற்கு முயலும் என்று எதிர்பார்க்கக் கூடாது என்றெல்லாம் விவாதிக்கப்பட்டன.

அன்றைய அரசியல் தலைவர்களுக்குப் பின்னால் அவரவர்கள் சார்ந்த சாதியின் சங்கங்கள் பின்புலமாக இருப்பதுபோல் கக்கனுக்கு இல்லாமல் போனது மிகப்பெரிய குறை என்று சிலர் கூற, அனைவருக்கும் பொதுவாகவே வாழ்ந்த மனிதனான இவரைத் தனிப்பட்ட பிரிவினருக்கு மட்டும் சொந்தம் என்று சொல்வது முறையன்று என்று வேறுசிலர் கூறினர். இப்படி எத்தனையோ விவாதங்கள் நடந்தாலும் ‘‘தனியிடம் ஒதுக்கிக் கக்கனின் உடல் அடக்கம் செய்யப்படுமா? என்ற வினாவிற்கு மட்டும் விடை தெரியவில்லை. எந்த அரசியல் கட்சியோ அல்லது அதன் தலைவர்களோ இது குறித்துப் பேச முன்வராத போது சோகத்தில் இருக்கும் உறவினர்களே, முதல்வரை அணுகிக் கேட்டுவிடலாம் என்ற முடிவுக்கு வந்தனர். அதுபோலவே எம்.ஜி.ஆர் அவர்கள் இறுதி மரியாதை செலுத்த வந்த போது நெருங்கிய உறவினர் சிலர் அணுகி இதுகுறித்துக் கேட்டனர். ‘‘அது எனக்குத் தெரியும், நான் பார்த்துக் கொள்கிறேன்’’ என்று சொல்லிவிட்டுச் சென்றார். அதனால், எப்படியும் காமராசர் நினைவு மண்டபத்திற்குப் பக்கத்தில் தனியிடம் ஒதுக்கித் தருவார் என்று எதிர்பார்க்கப்பட்டது.

நெடுநேரம் காத்திருந்த பின், அரசு தனியிடம் ஒதுக்கவில்லை என்ற செய்தி வந்தது. தன்னலமில்லாப் பொதுத்தொண்டு செய்த நேர்மையாளருக்கு இந்த நாடும் அதை ஆண்ட ஆட்சியாளர்களும் செய்யும் நன்றிக்கடன் இதுதானா? என்று பலர் முணுமுணுத்ததைக் கேட்க முடிந்தது. இறுதியில் பொது இடுகாட்டிற்கே கொண்டு போக முடிவு செய்யப்பட்டது.

இதுகுறித்து எம்.ஜி.ஆர். தம் அமைச்சரவை நண்பர்களோடு கலந்து ஆலோசித்தாரா? அப்படி ஆலோசனை நடத்தும் போது, தனியிடம் என்ற கருத்துக்கு எதிர்ப்புகள் வந்ததால் அந்த எண்ணத்தை விட்டு விட்டாரா? கக்கனைவிடத் தன்னலமின்மையிலும், புனிதமான பொதுத்தொண்டிலும் விடுதலை வீரத்திலும், சிறந்தவர்கள் தமிழகத்தில் இருக்கிறார்களா? இவருக்குத் தனியிடம் ஒதுக்காததில் இனரீதியான உள்நோக்கம் ஏதேனும் இருக்குமோ? என்றெல்லாம் கூடியிருந்த மக்களிடையே கேள்விகள் எழுந்தன. உண்மை இதுவரை விளங்காத புதிராகவே இருக்கிறது.

அப்படி இவருக்குச் சிறப்பு நேர்வாகக் கருதித் தனியிடம் ஒதுக்கித் தந்திருந்தால் பொது வாழ்வில் உண்மை, நேர்மை என்று வாழ்ந்தவரை தமிழகம் மதித்தது என்ற வரலாறு இருந்திருக்கும்.

ஒருவேளை, எளிமையான தன்னலமில்லா மக்கள் தொண்டனான கக்கன், மரணத்திற்குப் பின்னும் மக்களோடு மக்களாகவே இருக்கட்டும். ஏனென்றால், இதுதான் கக்கனுக்கும் பொருத்தமான இடமாக இருக்கும் என்று முடிவு செய்திருக்கலாம் என்று தமக்குத்தாமே சமாதானம் செய்து கொண்டனர். காவல்துறையின் முன்னாள் அமைச்சர் என்ற முறையில் காவல்துறையின் அரசு மரியாதை அணிவகுப்போடு 21.12.1981 அன்று சென்னைத் தியாகராயர் நகர் அருகிலிருக்கும் கண்ணம்மாபேட்டை பொது இடுகாட்டில் கக்கனின் உடல் எரியூட்டப்பட்டது.

86. தியாகத் திருவிளக்கு கக்கன்

மதுரை அருகே மேலூர் வட்டம் தும்பைப்பட்டி என்னும் ஊரில், வறுமையுற்ற தீண்டப்படாதார் குடும்பம் ஒன்றில் திரு. கக்கன் அவர்கள் பிறந்தார்.

ஹரிஜனங்களின் நல்வாழ்வுக்குத் தம்மை ஒப்புக்கொடுத்த ஊழியராக விளங்கியவர் மதுரை வைத்தியநாத ஐயர் அவர்கள். அவரால்தான் திரு. கக்கன் அவர்களின் கல்வியும் அரசியல் வாழ்வும் ஆக்கம் பெற்றன.

இவர் தாழ்மையான தொடக்க வாழ்க்கை நிலைகளில் இருந்து மேலே முன்னேறியவர். சாதாரண காங்கிரஸ் தொண்டரான இவர், விடுதலைப் போராட்ட காலத்தில், அனுபவம் மிகுந்த காங்கிரஸ் முன்னணித் தலைவர்களுடன் சேர்ந்து துன்பப்பட்டார். பிற்காலத்தில் தமிழ்நாடு காங்கிரஸ் குழுத் தலைவர் உள்ளிட்ட பல முக்கியமான பதவிகளை ஏற்றார். இந்தியாவின் அரசமைப்புப் பேரவையின் (Constituent Assembly) உறுப்பினராக இவர் இருந்தார். காங்கிரஸ் கட்சி மீதும் திரு. காமராஜர் அவர்கள் மீதும் இவர் கொண்டிருந்த நன்றியும் பற்றும் அளவிட முடியாதவை; கேள்விகளுக்கு அப்பாற்பட்டவை.

எனக்கு எப்பொழுதுமே இனிய வரவேற்பும் கனிவான சொற்களும் அவர் வழங்குவார். எனக்கும் இவர் மீது உயர்ந்த பெருமதிப்பு உண்டு. என்னுடைய திருமணம் இவருடைய முன்னிலையில் நிகழ்ந்தது; தேவ மந்திரங்களோ, ஓம குண்டமோ இல்லாத சுயமரியாதைத் திருமணம் ஆகும்! அது,

தீண்டப்படாத வகுப்பினர்மீது இவர் கொண்டிருந்த அன்பும் அக்கறையும் எல்லையே இல்லாதவை. ஏழைகள் மீது இவர் கொண்டிருந்த இரக்க உணர்வு பொன்மொழியாய்ப் பொறிக்கத்தக்கது. வறுமையுற்ற, நலிவடைந்த மக்கள் பிரிவிலிருந்து வந்த ஒருவர் – என்கிற நிலையில், அவர்களின் தாங்க முடியாத துன்பத்தின் வலிகளை இவர் நன்றாகவே

அறிவார். எனவே, தம்முடைய மக்களைக் கண்ணீர் வெள்ளத்தில் காணும் போதெல்லாம் இவரும் கண்ணீர் வடித்தார்! மக்களின் மனக்குறைகளுக்குத் தீர்வுகாணத் தவறுகின்ற அதிகாரிகளை இவர் கடுமையாக வசை பாடினார். நல்ல பணிகளைச் செய்த அதிகாரிகளைப் போற்றித் துதித்தார்!

ஆதி திராவிடர் நலத்துறைப் பொறுப்பை ஏற்ற அமைச்சராகவும், காவல்துறை பொறுப்பைக் கொண்ட உள்துறை அமைச்சராகவும், பெருமகிழ்ச்சியோடும், பேரார்வத்தோடும் இவர் பணியாற்றிச் சிறந்தார். அதே வேளையில், நம்பிக்கையின்மையும், மனச்சோர்வும் உடையவராக இவர் இருந்தார். எத்தனையோ நிகழ்ச்சிகளில் என்னிடம் குறிப்பிட்டுச் சொன்னது இதுதான்

தாம் உள்துறை அமைச்சராக இருந்தபோதிலும், ஆதி திராவிட (ஹரிஜன) மக்களுக்குச் சமுதாய உரிமைகளையும் நீதிமுறையையும் எப்படி நிலைநாட்டுவது என்கிற கேள்வி எழும்போது – நேர்மையோடும் நெறிமுறையோடும் தங்கள் கடமைகளைக் காவல்துறையினர் நிறைவேற்றும்படி செய்வதில் இருந்த பல சிக்கல்களில் தம்மால் தப்ப இயலவில்லை என்று குறிப்பிட்டார்.

ஆதி திராவிட மாணவர்களுக்கு உரிய விடுதிகள் மீதும் தொடக்கப் பள்ளிகள் மீதும் இவர் சிறப்பான கவனம் செலுத்தினார். பல சிக்கல்களில் பலன்தரும் வலிமையுடன் செயலாற்ற இயலாவிட்டாலும், திரு. காமராஜர் அவர்களின் பரிவையும் ஆதரவையும் இவர் பெற்றிருந்தார். தாழ்த்தப்பட்ட வகுப்பினருக்கும் பழங்குடி இனத்தவருக்கும், பள்ளிகளையும் விடுதிகளையும் அதிக எண்ணிக்கையில் திறப்பதற்கு இவர் காரணமாக விளங்கினார்.

நான் இவரிடம் கண்ட மிக மேன்மையான ஒரு பண்பு – இவருடைய நேர்மையே ஆகும். மற்றவர்களிடம் கருத்து மாறுபாடு கொள்வதிலும் கூட அருள் மனமும் நேர்மையும் உடையவர் இவர். தம்முடைய நண்பர்களிடமும், கட்சிக்காரர்களிடமும் கருத்த வேறுபாடு கொள்ளும்பொழுதும் அதே பண்புகளுடன் உறுதியாக இருந்தார். இவர் பொருளற்ற மடமைத் தவறுகளைப் பொறுத்தக்கொள்ளவே மாட்டார்.

தம்முடைய குடும்பத்தின்மீது மிகக் குறைந்த அக்கறையே செலுத்தினார். அமைச்சராக இல்லாத பொழுது, பொதுமக்களின் போக்குவரத்துப் பேருந்துகளில் பயணம் புரிவதுதான் இவர் வழக்கம். தமக்கு எனச் சொந்தமாகக் காரும் இவர் வைத்திருக்கவில்லை, சொந்தமாக வீடும் இவர் வைத்திருக்கவில்லை.

தமிழ்நாடாக இருந்தாலும் சரி, நாட்டின் வேறு எந்தப் பகுதியாக இருந்தாலும் சரி, முன்னாள் அமைச்சர்களின் வாழ்க்கை வரலாற்றில் இல்லாத விந்தையை உள்ளடக்கியதே இவரது இந்த நிலைமை! தமிழ்நாடு அரசு வீட்டுவசதி வாரியத்தால் வழங்கப்பட்ட ஒரு வாடகை வீட்டில்தான் இவர் வாழ்ந்தார்.

சென்னை – அரசு பொது மருத்தவமனையில், உடல்நலம் குன்றியவராகப் படுத்திருந்த இவரை, நான் பார்க்கப் போனேன். அப்போது என் இரண்டு கைகளையும் பிடித்தக் கொண்டார். கண்ணீர் விட்டு அழுதார்! என்னால் செய்யக்கூடிய ஒரு சில பணிகளையும் இவர் குறிப்பிட்டார்.

சில மாதங்களுக்குப் பிறகு நான் டெல்லியில் இருந்தபொழுது, இவரது இறப்பு பற்றிய துயரச் செய்தி எனக்கு எட்டியது. நல்ல பெருந்தன்மையுள்ள ஒரு மனிதராக வறுமையிலே பிறந்து, வறுமையிலே மடிந்த இவர் – நாட்டுக்கே தம்மை அர்ப்பணித்துக்கொண்ட இந்தியத் தாயின் மகன் ஆவார்!

இவர் வாழ்ந்த காலத்தில் இவருக்கும், இவரது மறைவுக்குப் பின்னர் இவருடைய குடும்பத்தாருக்கும் உதவி புரிந்தவை – அன்றைய முதலமைச்சர் டாக்டர் எம்.ஜி.ஆர் (இராமச்சந்திரன்) அவர்களின் பெருந்தன்மையும் பரந்த மனப்பான்மையுமே ஆகும்.

ஆதி திராவிடர்களில் எத்தனை பேர் இவரையும், இவருடைய பணிகளையும் இன்று நினைவு கூர்கின்றனர்? இவரையும் இவருடைய தொண்டுகளையும் அறிந்துகொண்ட தலைமுறை சுருங்கிக்கொண்டே வருகிறது.

இவர் மறைந்துவிட்டாலும் கூட, தாழ்வான நிலையில் பிறந்த ஒருவர் – பணத்துக்கும் பதவிக்குமோ, தன்னல இச்சைகளுக்கோ இரையாக விழுந்துவிடாமல், எளிமையான வாழ்க்கை

முறை, நாட்டுக்கு அர்ப்பணிப்பு, தன்னலமற்ற தொண்டு முதலானவற்றின் மூலமாக அதிகாரமும் பெருமதிப்பும் கொண்ட உயர்ந்த நிலைகளை எட்டமுடியும் என்பதற்கு - ஒளி வீசும் ஓர் எடுத்துக்காட்டாக வாழ்ந்த மாமனிதரே திரு. கக்கன் அவர்கள்!

ஆங்கிலம் மூலம்: திரு. செ. செல்லப்பன்

ஆங்கிலத்திலிருந்து தமிழாக்கம்: திரு. அ. காந்திதாசன்

87. மனிதருள் மாணிக்கம்

அரசியல் வாழ்வுக்கு வருபவர்கள் தன்னலமற்ற, தியாகியாக இருப்பதில்லை, அதன்படி இருப்பவர்கள் மனிதருள் மாணிக்கமாகத் திகழ்வதில்லை. மனிதருள் மாணிக்கமாக, தன்னலமற்ற தியாகியாகத் திகழந்தவர், நாம் போற்றிப் புகழும் கக்கன் அவர்கள். தாழ்த்தப்பட்ட சமுதாயத்தில் பிறந்தாலும், உயர்குல மக்களே போற்றும் அளவிற்கு வாழ்ந்து காட்டியவர் அவர்.

அவரும் நானும்

'நான் கோயம்புத்தூரில் துணை ஆட்சியராக, ஓர் ஆண்டு பயிற்சியை முடித்து, கோபிசெட்டிப்பாளையத்தில் கோட்டாட்சித் தலைவராக நியமனம் செய்யப்பட்டேன். அப்போது, சுற்றுப்பயணமாக அங்கு வந்த மாண்புமிகு அமைச்சர் கக்கன் அவர்களைச் சந்திக்கும் பேறு பெற்றேன். அப்போது அவர் பொதுப் பணித்துறையுடன் ஹரிஜன நலத்துறை அமைச்சராகவும் இருந்தார். அவருடன் பல கிராமங்களுக்குச் செல்லும் வாய்ப்பு கிட்டியது.

சத்தியமங்கலம் வட்டத்தில் தாளவாடி என்னும் கிராமம் முன்னேற்றம் காணாத இடமாக இருந்தது. அங்குள்ள மக்களிடம் வேளாண்மை பற்றிய விவரங்களையும், அவர்கள் துன்பங்களையும் பரிவோடு கேட்டறிந்தார். அங்குள்ள தட்பவெப்ப நிலையை அதிகாரிகளிடம் கேட்டறிந்து, பட்டுப்பூச்சி வளர்க்கும் தொழிலை ஆரம்பித்து வைத்தார். பிறகு பவானி வட்டத்தில் உள்ள பர்கூர் என்னும் கிராமத்திற்குச் சென்று, அங்கு வாழும் மலைவாழ் மக்களின் வாழ்க்கை முறைகளையும் அவர்களின் தேவைகளையும், கேட்டறிந்து அதிகாரிகளிடம் பேசி, ஆவன செய்வதாகக் கூறினார். எல்லா மக்களிடமும் அவர் எளிய மனிதராகப் பழகி, அன்போடு அவர்களை அரவணைத்த விதம் என்னை மெய்சிலிர்க்க வைத்தது.

கும்பகோணத்தில் நாங்கள்

அதன்பிறகு, 1963ஆம் ஆண்டில் கும்பகோணத்தில் கோட்டாட்சித் தலைவராகப் பணிசெய்தபோது, அங்கும் கக்கன் அவர்கள் வந்தார்கள். ஆடுதுறை என்ற இடத்தில் அமைக்கப்பட்ட நெல் பரிசோதனை நிலையத்தைப் பார்வையிட்டு, உழவுத்தொழில் தொடர்பான பல கேள்விகள் கேட்டு, அவருக்கு இருந்த வேளாண்மைப் புலமையை வெளிப்படுத்தினார். அங்குள்ள அலுவலகத்திற்கு வந்தவர், எதேச்சையாக ஒரு மேசை இழுவைப் பெட்டியைத் திறந்து பார்த்தார். சில அரசாங்கக் காகிதங்கள் எலிகளால் கடிக்கப்பட்டு, துண்டு துண்டாகக் கிடப்பதைப் பார்த்து, தொடர்புடைய எழுத்தரை மிகவும் கடிந்து கொண்டார். அரசாங்கப் பொருள்களை எப்படிப் பேணவேண்டும் என்ற கோட்பாட்டினை அவர் சொன்னபோது எல்லாரும் வாயடைத்துப் போனார்கள்.

கன்னியாகுமரி மற்றும் செங்கல்பட்டு மாவட்டங்களில்....

1964ஆம் ஆண்டில் முதல் ஐந்து மாதங்கள் கன்னியாகுமரி மாவட்டத்தில், மாவட்ட ஆதி திராவிட நல அலுவலராக நான் பணியாற்றினேன். அப்பொழுது அமைச்சர் கக்கன் அவர்கள் அம்மாவட்டத்திற்கு வருகை தந்தார். அப்பொழுது, சுற்றுப்பயணத்தை முடித்துவிட்டுச் சென்னை திரும்பும்போது என்னிடம் 'செங்கல்பட்டு மாவட்டத்திற்கு இதே பணியைச் செய்வதற்கு வருகிறீர்களா?' என்று கேட்க, நானும் சம்மதித்தேன்.

ஆதலால், உடனே நான் செங்கல்பட்டு மாவட்டத்தில், மாவட்ட ஆதி திராவிட நல அலுவலராக மாற்றப்பட்டுப் பணியில் சேர்ந்தேன். அப்பொழுது, செங்கல்பட்டு மாவட்ட ஆட்சித் தலைவரின் அலுவலகம் சைதாப்பேட்டையில் தற்பொழுது உள்ள அரசு கலைக் கல்லூரி கட்டடத்தில் செயல்பட்டு வந்தது. மாவட்ட ஆதி திராவிட நல அலுவலர் அலுவலகமும் அங்குதான் இருந்தது. ஆகவே, நான் சென்னையில் வசித்து வந்தேன். இதனால் அமைச்சர் அவர்களைப் பணி தொடர்பாக அவ்வப்போது சந்திக்கும் நல்ல வாய்ப்புக் கிடைத்தது.

மேலும், அவர் செங்கல்பட்டு மாவட்டத்தில் ஒரு சில சமயங்களில் சுற்றுப்பயணம் வந்தார். அவ்வாறு வரும்போது எல்லாம், முக்கியமாக தலித் மக்கள் வசிக்கும் இடங்களுக்குச் சென்று அவர்கள் குடியிருக்கும் சூழ்நிலைகள், அங்கு வேண்டிய அடிப்படை வசதிகளான வீட்டு வசதி, குடிநீர், தெருவிளக்கு, இணைப்புச் சாலை, மயான வசதி போன்றவைகளையும் கேட்டு, வேண்டிய இடங்களில் தக்க நடவடிக்கை எடுக்கச் சொல்வார். மாவட்டத்திலுள்ள மாணவர் விடுதிகள், துறை நடத்தும் பள்ளிகளுக்குச் சென்று பார்வையிடுவார். அக்காலத்தில் பல விடுதிகள் தனியார் கட்டடங்களில்தான் இயங்கி வந்தன.

ஆதலால், மாணவர்களுக்கு வேண்டிய அடிப்படை வசதிகள் அங்கு இருக்கின்றனவா என்று கேட்டு அறிந்தும், அவர்களுக்கு அளிக்கப்படும் உணவின் தன்மையைக் கேட்டும், விடுதிக் காப்பாளர்களுக்குத் தக்க அறிவுரைகள் கொடுப்பார். மாணவர் விடுதியாக இருந்தாலும், பள்ளியாக இருந்தாலும், தொடர்புடையவர்களிடம் அங்குள்ள மாணவர்களின் கல்வியைப்பற்றி மிகவும் கவனமாகக் கேட்டு, அவர்களுக்கு மாணவர்களை நன்றாகக் கல்வியைக் கற்க வைக்கவேண்டும் என்று அறிவுரைகள் கொடுப்பார். மாணவர்களுக்கும் கல்வியின் முக்கியத்துவத்தை எடுத்துச் சொல்வார்.

இவ்வாறு அமைச்சர் அவர்களைத் தனியாகப் பார்க்கும்போது, அவர் கொடுத்த அறிவுரைகள் மற்றும் சுற்றுப்பயணத்தின்போது சொல்லிய கருத்துக்கள் மற்றும் அறிவுரைகள் எனது மனத்தில் ஆழமாகப் பதிந்துவிட்டன. மக்களோடு மக்களாகச் சாமான்ய மனிதராக நின்று அவர்களின் துயர்நீக்கும் ஒரு மாபெரும் மனித நேயத்தை அவரிடமும் நான் கண்டேன்.

எனக்கு அப்பொழுது வயது 31 ஆகும். பணியில் சேர்ந்து 5 ஆண்டுகள்தான் ஆகியிருந்தது. அவருடைய அறிவுரைகள் நான் பிற்காலத்தில் இந்தத் துறையின் இயக்குநராகவும் செயலாளராகவும் பணியாற்றும்போது நல்ல வழிகாட்டிகளாக அமைந்தன. ஏன்? எனது பணிக்காலம் முழுதும் பொதுமக்களிடம் எவ்வாறு பழகவேண்டும், அரசுப் பணிகள் செய்யும்போது எவ்வாறு மனிதாபிமானம் கொண்டு செயல்படவேண்டும் என்ற நல்ல கருத்துக்கள் எனது மனத்தில் புதிய வழிவகுத்தன.

பிறகு, எனக்கு வேலூர் மாவட்ட ஆட்சித் தலைவருக்கு நேர்முக (பொது) உதவியாளராக மாற்றல் உத்தரவு வந்தது.

அந்த உத்தரவைத் திரு. கக்கன்ஜி அவர்களிடம் சொல்லி, அதை ரத்துசெய்யக் கேட்டுக்கொண்டேன்.

அவரோ, "உமக்குக் கிடைத்திருப்பது அருமையான பணி! அங்குதான் ஏழை எளிய மக்களுக்கு உதவமுடியும்" என்று சொல்லி, உத்தரவை ரத்து செய்ய மறுத்துவிட்டார்.

பரிந்துரைகளை ஏற்காமல் நேர்மையாகவும் மக்களுக்காகவும் வாழ்ந்த மேதைதான் திரு. கக்கன்ஜி அவர்கள். அதிகாரிகளிடம் அன்பாகவும் மரியாதையாகவும் பழகும் பண்பாடு நம்மை அடிமையாக்கிவிடும்.

"அன்புஅறிவு தேற்றம் அவாஇன்மை இந்நான்கும்
நன்கு உடையான் கட்டே தெளிவு"

என்னும் வள்ளுவர் குறளுக்கு எடுத்துக்காட்டாக வாழ்ந்தவர் அவர்

– திரு. அ. பத்மநாபன் ஐ.ஏ.ஏஸ்

88. நேர்மைமிக்க மாமனிதர் கக்கன்ஜி

கக்கன் அவர்கள் அப்போது தமிழக உள்துறை அமைச்சராக இருந்தார். விருதுநகரிலிருந்து காவல்துறை உயர் அதிகாரியிடமிருந்து உள்துறை அமைச்சருக்கு அவசர அழைப்பு தொலைபேசியில் வந்தது.

'கனம் அமைச்சர் அவர்களுக்கு, வணக்கம். இங்கே பேருந்து நிலையத்தில் எதிர்பாராத விதமாக ஒரு கொலை நிகழ்ந்துவிட்டது. அதன் தொடர்பு உடையவர்கள் எனச் சிலர் பிடிபட்டிருக்கிறார்கள். அவர்களுள் ஒருவர் நம் முதலமைச்சரின் நெருங்கிய உறவினர் எனத் தெரிய வந்திருக்கிறது. சந்தேகத்தின் அடிப்படையில் அவர்மீதும் முறையான விசாரணையைத் தொடர்வதா? அல்லது வழக்கில் இருந்து அவரை விடுவித்துவிடுவதா?' என்கிற கேள்வியை உயர் காவல் துறை அதிகாரி கேட்கிறார்.

உள்துறை அமைச்சரான கக்கனுக்கு இக்கட்டான நிலை. 'சட்டப்படி வழக்கைத் தொடருங்கள். இன்னார் என்கிற தாட்சணியம் வேண்டாம் என்கிற உத்தரவைப் பிறப்பிப்பதா? அல்லது அதற்கு முன் முதல் மந்திரியிடம் இதுபற்றிக் கலந்துபேச வேண்டுமா? இக்குழப்பத்தில், அமைச்சர் கக்கன் அவர்கள் உடனே முதலமைச்சரைச் சந்திக்கிறார். 'இதில் என்னிடம் வந்து முறையிட என்ன அவசியம்? சட்டப்படியான நடவடிக்கையை நீங்களே மேற்கொள்ள வேண்டியதுதானே?' என முதலமைச்சர் பதில் கூறினால், சரி! அல்லது சற்று யோசித்துவிட்டு. 'சரி அந்த ஒரு நபரை நீக்கிவிட்டு நடவடிக்கையை மேற்கொள்ளுங்கள்' என முதலமைச்சர் காமராஜர் கூறிவிட்டால் என்ன செய்வது?

'முதலமைச்சர் காமராஜர் கூறப்போகும் பதிலைப் பொறுத்தே, இந்தப் பொறுப்பில் நாம் தொடர்வதா வேண்டாமா என்பது பற்றி நாம் முடிவுசெய்ய வேண்டியதாக இருக்கும்'. இந்தச் சிந்தனையில் கக்கன் அவர்கள், நடந்த விவரங்களை முதலமைச்சர் காமராஜரிடம் எடுத்துக் கூறுகிறார்.

எல்லாவற்றையும் கேட்ட காமராஜரோ, 'இதில் எனது அபிப்பிராயத்தைக் கேட்க என்ன இருக்கிறது? யாராக இருந்தாலும் சந்தேகத்திற்கு உரிய நபர்களிடம் தாட்சண்யம் காட்டாமல் உரிய நடவடிக்கையை மேற்கொள்ள வேண்டியதுதான் தங்கள் கடமை' என்கிறார்.

இப்படி எத்தனையோ நிகழ்ச்சிகள்! மனச்சாட்சிக்கு விரோதமாக நடக்க விரும்பாத கக்கன் அவர்கள், காமராஜர் தலைமையில் தொடர்ந்து பொறுப்புகளை வகிக்கக் காரணமாக இருந்தது எந்த முடிவையும் நேர்மையான முறையில் வரவேற்கிற முதலமைச்சர் அவர்களின் சீரிய பண்புதான்.

கக்கன் அவர்கள் 1952ஆம் ஆண்டில் மதுரை நாடாளுமன்ற உறுப்பினராகத் தேர்ந்தெடுக்கப்பட்டு முறையாகத் தேர்தலில் நின்று வெற்றிபெற்றார்.

பின்னர் 1957ஆம் ஆண்டு நடந்த பொதுத்தேர்தலில் கக்கன் அவர்கள் மேலூர் சட்டமன்றத் தொகுதியில் காங்கிரஸ் சார்பான வேட்பாளராகப் போட்டியிட்டு மகத்தான வெற்றிபெற்றார். அவருக்குக் காமராஜர் தமது அமைச்சரவையில் பொதுப்பணித்துறை அமைச்சராகப் பணியாற்றுகிற வாய்ப்பைத் தந்தார்.

அடுத்து 1962ஆம் ஆண்டு நடந்த பொதுத்தேர்தலில் காங்கிரஸ் சார்பில் சமயநல்லூர் சட்டமன்றத் தொகுதியில் கக்கன் போட்டியிட்டு வெற்றி பெற்றார். ஏற்கனவே பொதுப்பணித்துறையில் சிறப்பாகப் பணியாற்றிய கக்கனுக்கு இந்தமுறை காமராஜர், வேளாண்மைத்துறை அமைச்சராகப் பணியாற்றுகிற வாய்ப்பைத் தந்தார். 1963ஆம் ஆண்டு கக்கன் உள்துறை அமைச்சராகவும் பொறுப்பு ஏற்றார்!

இந்தத் துறையிலும் சிறப்பாகப் பணியாற்றி வந்த காலத்தில், எதிர்க்கட்சியினர் அவர்மீது ஊழல் புகார்களைச் சுமத்த முடியாத நிலையில் என்ன கூறுவார்கள் தெரியுமா? "கக்கன் அமைச்சராகச் சுற்றுப்பயணம் மேற்கொள்ளும் போது, 600 ரூபாய் படி கிடைக்கும் விதத்தில் பயணங்களைத் தொடர்வார்" என்பதே அவர்மீது பலமான குற்றச்சாட்டாக எதிர்க்கட்சியினர் சுமத்துவார்கள்.

கக்கன் அவர்கள் அமைச்சராக இருந்து கொண்டு மேடையில் அவர் பேசுகிற பாணியையும் குற்றம் சொல்வார்கள்.

எப்படி?

கக்கன் மேடை ஏறிப் பேசும்போது, மேடையில் அமர்ந்திருக்கும் முக்கியமானவர்களை மட்டுமல்லாது, 'கூட்டத்தில் அமைதி காக்க வந்திருக்கும் காவல் துறை அதிகாரி அவர்களே... மின்சாரம் தவறாகப் பயன்படுத்தாமல் இருப்பதைக் கண்காணிக்கும் மின்துறை அதிகாரி அவர்களே...' என வந்திருக்கும் அதிகாரிகளுக்கும் நன்றிகூறிப் பேசுவார் எனக் குறை கூறுவார்கள்.

காங்கிரஸ் இரண்டாகப் பிரிந்த காலத்தில், காமராஜர் தலைமையில் உள்ள காங்கிரஸ் கட்சி 'ஸ்தாபன காங்கிரஸ்' எனவும், இந்திரா காந்தி தலைமையில் உள்ள காங்கிரஸ் 'இந்திரா காங்கிரஸ்' எனவும் அழைக்கப்பட்டு வந்தன.

அந்தக் காலகட்டத்தில், ராஜ்ய சபா எனக் கூறப்படும் நாடாளுமன்ற மேலவைக்குத் தேர்ந்தெடுக்கப்பட்ட சி. சுப்பிரமணியம் தேர்தலில் நின்றார். அவரை எதிர்த்து ஸ்தாபன காங்கிரஸ் போட்டியிட்டதால் போட்டி கடுமையானது, ஸ்தாபன காங்கிரஸ் வேட்பாளர் தோல்வி அடையக்கூடாது எனக் காமராஜர் உறுதிபட வேலை செய்தார்.

அந்த நேரத்தில், சி. சுப்பிரமணியம் வெற்றிபெற பணம், பதவி போன்ற ஆசைகள் பெரிய அளவில் பேரமாகப் ஆட்பட்டுவிடக்கூடாது எனக் காமராஜர் பேசிவந்தார். தேர்தல் முடிவில் சி. சுப்பிரமணியம் தோற்றார்.

இந்த வெற்றியைத் தேடித்தந்த ஸ்தபான காங்கிரஸார் மன உறுதியைக் காமராஜர் வெகுவாகப் பாராட்டினார். தொடர்ந்து அமைச்சர் பதவியில் அமர்ந்து வந்த கக்கன் பதவியை இழந்த காலத்தில் மிகச் சாதாரண மனிதர்களுக்குரிய வசதிகூட இல்லாமல் வாழ்ந்து வந்தார். அந்த நேர்மை எதிர்க்கட்சியினரையும் வியக்க வைத்தது.

எந்த நிலையிலும் தமது சுயமரியாதையை விட்டுத்தராமல் நேர்மையை இலட்சியமாகக் கொண்டு வாழ்ந்தவர் கக்கன் அவர்கள்.

89. கக்கனுக்குச் சிலை

கக்கனின் நினைவாக எவையேனும் பெயரிடப் பட்டிருக்கின்றனவா? எங்கேனும் சிலை அல்லது நினைவுச்சின்னம் அமைக்கப்பட்டிருக்கிறதா? என்று எண்ணிப்பார்க்க வேண்டியிருக்கிறது.

தமிழகத்தில் ஆங்காங்கே விரல் விட்டு எண்ணக்கூடிய அளவில் தெருக்களுக்குக் கக்கன் காலனி எனப் பெயரிடப்பட்டிருக்கின்றன. அதிலும் குறிப்பாகத் தாழ்த்தப்பட்ட மக்கள் வாழும் இடங்களுக்கே அப்பெயர் சூட்டப்பட்டிருப்பது குறிப்பிடத்தக்கது.

நீண்ட நாட்களாகக் ''கக்கன்ஜி படிப்பகம்'' தொடங்கி கக்கனின் நினைவாக அந்தப் படிப்பகத்தை நடத்தி வரும் நல்லுள்ளம் கொண்ட ராஜசேகரன் என்பவரை இங்கு நினைவுகூர வேண்டும். அவர் சென்னை ஐ.சி.எப் நிறுவனத்தில் பணியாற்றி வருகிறார். இவர் வாழ்ந்து வரும் வில்லிவாக்கம் பகுதியில் நடத்தி வரும் இப்படிப்பகம் தொய்வடைந்து விட்டது.

இவரைப் போல வேறு எவரேனும் நடத்தி வருகின்றனரா? என்பது தெரியவில்லை.

சென்னை மாநகரில் தலைவர்களின் நினைவாகச் சாலைகளும் புதிதாக உருவாக்கப்பட்ட குடியிருப்புப் பகுதிகளும் தாங்கிய சாலைகள் அல்லது குடியிருப்புப் பகுதிகள் இருக்கின்றனவா? என்ற கேள்விக்குத் தக்க விடை கிடைக்கவில்லை. எங்காவது முட்டுச்சந்துகளில் உள்ள சாலைக்கோ, குடிசைப்பகுதிகளுக்கோ கக்கனின் பெயர் சூட்டப்பட்டிருக்கும் என்று, கக்கன் தபால்தலை வெளியீட்டு விழாவில் ஒரு முதியவர் பேசியது உண்மைதானோ? என்று எண்ணத் தோன்றுகிறது. மேலும் கக்கனின் வாழ்க்கை வரலாற்றை, அரசியல் ஒழுக்கத்தைத் தனிமனிதப் பண்பினை மனதில் கொண்ட பல தலைவர்க்ள் இருந்தாலும் எவரும் கக்கனை அடையாளம் காட்ட முன்வரவில்லை என்று அந்தப் பெரியவர் கூறியதை அக்கூட்டத்திலிருந்து பலரும் ஆமோதித்தது போலவே இருந்தது.

தலைவனுக்குத் தலைவனாய், நண்பனுக்கு நண்பனாய், கக்கனின் அரசியல் வாழ்க்கையோடு பின்னிப் பிணைந்திருந்த மதுரை மேலூர் மழுவேந்தி அவர்களை இங்குக் குறிப்பிட வேண்டியுள்ளது. கக்கனோடு வாழ்ந்த பலரும் கக்கனைப் பற்றி சிந்திக்காத காலத்தில் அவரது உருவச் சிலையமைக்க முடிவு செய்த மழுவேந்தியின் செயல்கள் ஒரு நட்பின் அடிப்படையில் தோன்றியது. எப்படியிருந்தாலும், வேலு அம்பலம் அவர்களைத் துணைத்தலைவராகவும் பி.விவேகானந்தம் என்பவரைப் பொருளாளராகவும், கே.எஸ்.பி.காஞ்சிவனம், பி.வடிவேலு (கக்கனின் தம்பி) பி.கே.மாணிக்கம், சு.ப. சொக்கலிங்கம் ஆகியோரைச் செயலாளர்களாகவும் கொண்டு ஒரு முறையான அமைப்பை உருவாக்கி அந்த அமைப்பிற்குத் தானே தலைவராகவும் இருந்து கக்கனின் உருவச் சிலையை ஏ.மழுவேந்தி அவர்கள் நிறுவினார்.

பல ஆண்டுகள் முயன்று மதுரை மேலூர் நகரத்தில் அதுவும் பலர் பார்வைக்குப் படும்படியான இடத்தில் அமைந்துள்ளதைப் பலரும் புகழ்கின்றனர். அவ்வாறு உருவாக்கப்பட்ட சிலை அன்றைய இந்திய தலைமையமைச்சர் (பிரதமர்) திரு. ராஜிவ்காந்தி அவர்களால் 21.06.1988 ஆம் நாள் திறந்து வைக்கப்பட்டது.

90. ஜூனியர் விகடன்

ஜூனியர் விகடன் 29.6.1988 இதழில், "கக்கன் இறந்த பின்பு அவரது நெருங்கிய நண்பரான மழூவேந்தி மேலூரில் கக்கனுக்குச் சிலை அமைக்க விரும்பிப் படாத பாடுபட்டார். கட்சி அமைப்புகள் மூலம் பணம் வசூலிக்காமல் தம் சொந்தப்பணம்போட்டும் தாமே முன்வந்து நிதி தந்த கிராமமக்களிடம் சிறுகச் சிறுக நிதிவசூலித்தும் தயார் செய்து விட்டார். சிலை செய்தால் போதுமா? திறப்புவிழாவிற்குப் பெரிய "தலை" ஒன்று வேண்டுமே?

(உருவாக்கப்பட்ட சிலை மூடியநிலையில் அங்குமிங்குமாகக் கட்டப்பட்டுக் கிடந்தது)

அவ்வயம், நல்லவேளையாய்த் தமிழ்நாட்டுக்குத் தேர்தல் சுரம் வந்திருந்தது. அதனால், கக்கன் சிலைக்கு அடித்தது யோகம். கிடைத்தது சாபவிமோசனம்! பாரதப்பிரதமரே படைப்பட்டாள பரிவாரங்களுடன் ஈரோடு, கோவை, பழநி, திண்டுக்கல் பகுதிகளில் ஒரு தேர்தல் ஒத்திகை (ரவுண்ட் அடிப்பை) முடித்துக் கொண்டு சிலை திறப்பு விழாவுக்காக மதுரையை அடுத்த மேலூர் வந்து சேர்ந்தார். சிலை நிறுவப்பட வேண்டிய இடத்தில் சிலை இல்லை. சில கிலோ மீட்டர் தூரத்தில் ஓர் அரசுக் கல்லூரி மைதானத்தில், தற்காலிகப் பீடம் ஒன்றில், விழா மேடை அருகே சிலை காத்திருந்தது.

பிரதமர் வருவதற்கு முன்னர் மேடையில் சிவகங்கைச் சேதுராசனின் அரசியல் கச்சேரி நடந்து கொண்டிருந்தது. பிரமாண்டமான விழாமேடை அருகில் சென்று தேடிப்பார்த்தோம். கக்கன் படத்தையே காணோம். காங்கிரஸ் பிரமுகர் ஒருவரிடம் "ஏங்க, கக்கன் படம்

ஒண்ணுகூடக் கிடைக்கலையா? என்றதும் 'கிடைக்கலீங்க... எங்க கமிட்டி ஆபிஸ்ல கூட இல்லையே, என்ன பண்றது?' என்றார் மிகவும் சங்கோஜத்தோடு.அப்போது கக்கனின் மகள் கஸ்தூரி தம் குழந்தைகளுடன் தம் தந்தை சிலை திறப்பைக்

காண வந்தார். போலீஸார் அவரை உள்ளே விடாமல் வழி மறித்தனர். கக்கன் மகள் மெல்லச் சொல்லிப் பார்த்தார். அப்படியும், 'பாஸ் வேணும்.... பாஸ் இல்லாட்டி யாரையும் விடக்கூடாதுன்னு உத்தரவு' என்று போலீஸ் வழக்கமான பாட்டைப் பாடிக் கொண்டிருக்கும் போது, வி.ஐ.பிக்கள் வரிசையில் பாஸுடன் இருந்த ஒரு முன்னாள் எம்.எல்.ஏவின் கார்டிரைவர் பதறிப்போய் ஓடிவந்து, 'உள்ளே விடுங்க சார்.... அவங்க கக்கனோட மகள்' என்று போலீஸாரிடம் சொன்ன பிறகுதான் விலகி வழி விட்டனர்.

சுமார் ஏழு மணியளவில் ராஜீவ், சோனியா சகிதமாகப் பிரசன்னமானார். பின்னால் இருந்த நாற்காலியிலிருந்து சுற்றும் முற்றும் பார்த்துக் கொண்டே இருந்த மூப்பனார் சட்டென்று எழுந்து வந்து, கக்கன் சிலையருகே அமர்ந்திருந்த கக்கன் குடும்பத்தினரைப் பிரதமருக்குக் கைநீட்டிக் காண்பித்தார். ராஜீவ் உற்சாகமாய் அவர்களை நோக்கி கையசைத்தார். சரியாக 7.10க்குப் பேசத்துவங்கிய ராஜீவ் ஒரு மணிநேரம் பேசினார். சில நொடிகள் கக்கன் பற்றியும், மறைந்த கம்யூனிஸ்ட் தலைவர் கல்யாணசுந்தரம் பற்றியும் குறிப்பிட்டுவிட்டு உரையை முடித்துக் கொண்டார். கோலாகலமாக விழாவும் முடிந்தது. வரும் வழியில் ஏராளமான போஸ்டர்கள். ஒன்றில் கூடக் கக்கன் படமே இல்லை. ஒரே ஓர் இடத்தில் அதுவும் காங்கிரஸின் தாழ்த்தப் பட்டோர் பிரிவின் அமைப்பாளரான பாரமலை, தனிப்பட்ட முறையில் அடித்திருந்த போஸ்டரில் கக்கனின் சிறிய படம் ஒன்று இருந்தது.

இப்படி நடந்தேறிய சிலை திறப்பு விழா பல பத்திரிகைகளின் விமர்சனங்களுக்கு உட்பட்டிருந்தாலும் நிகழ்ச்சி சிறப்பாக அமைந்தது.

மேலூரில் சிலை திறப்பு நடந்து பல ஆண்டுகளுக்குப் பின் கக்கனுக்கு மதுரை மாநகரில் சிலை திறக்கும் தீர்மானத்தைத் தமிழக அரசு கொண்டு வந்தது. அதன் அடிப்படையில் அன்றைய தமிழக முதல்வர் செல்வி ஜெயலலிதா அவர்கள் 18.10.95 ஆம் நாள் ஓர் அரசாணையை வெளியிட்டார். அந்த ஆணைப்படி சிலையும் செய்யப்பட்டது. ஆனால் குறிப்பிட்ட கால இடைவெளிக்குள் அச்சிலை நிறுவப்படவில்லை.

இதற்குப் பல்வேறு காரணங்களும் கட்டுக்கதைகளும் வெளியாயின. ஆனால் எந்த அரசியல் தலைவர்களும் இது குறித்து, அரசைக் கட்டாயப்படுத்த முன்வரவில்லை என்று கூறுகின்றனர். எனவே செய்த சிலை அப்படியே இருப்பதற்கான கேள்விக்கு விடை தெரியாத போது மக்கள் சிலர் ஆர்ப்பாட்டம் நடத்தினர். இது குறித்து *25.5.97* ஆம் நாளிட்ட ராணி வார இதழ் வெளியிட்ட செய்தி இதோ!

91. உயிருள்ள சிலை!

"பீடத்தின் மீது நிற்பது சிலையல்ல உயிருள்ள ஆள்! கையில் கறுப்புக் கொடி பிடித்துக் கொண்டு நிற்கிறார்!"

இது மதுரையில் நடந்த ஒரு விசித்திரப் போரட்டம்!

மதுரையில் முன்னாள் அமைச்சர் கக்கனின் சிலை நிறுவ ஏற்பாடு செய்யப்பட்டது. சிலை தயார். பீடம் தயார். சென்ற ஆண்டு மார்ச்சு மாதம் சிலை திறப்பதாக இருந்தது. அதற்குள் பொதுத்தேர்தல் வந்ததால் சிலை திறக்கப்படவில்லை.

கக்கன் சிலையை நிறுவக்கோரித்தான் இந்தப் போராட்டம்! அரசியல் தூய்மைக்கு எடுத்துக்காட்டாக வாழ்ந்தவர் கக்கன். அவருக்குச் சிலை வைப்பதில் யாருக்குமே கருத்து வேறுபாடு இருக்க முடியாது.

இது ஒரு துண்டுச் செய்தியாக இருந்தாலும் கக்கனின் மீது உண்மையான அன்பு கொண்டு கக்கனுக்கு உருவச்சிலை அமைப்பதை விரும்புகிற மக்கள் இருக்கத்தான் செய்கிறார்கள் என்ற உண்மையை நமக்கு விளக்குகிறது. தேர்தலைக் காரணம் காட்டி அச்சிலைத் திறப்பு நின்று போனது.

தேர்தல் முடிந்து டாக்டர் கலைஞர் மு.கருணாநிதி அவர்கள் முதல்வர் பொறுப்பேற்றபின்பு. அந்தச் சிலையைத் திறப்பதற்கு ஆணையிட்டார். முந்தைய அரசு முடிவு செய்திருந்த மதுரை நீதிமன்றச் சாலையில் அவர்கள் நிறுவிய அதே பீடத்தில் முதல்வர் கலைஞர் அவர்கள் 31.8.1997 ஆம் நாள் அச்சிலையைத் திறந்து வைத்தார்.

92. திரைப்படங்களில்...

இந்திய விடுதலைக்குப்பின் திரையுலகம் செய்த செயல்களால் பல்வேறு அரசியல் தலைவர்களின் பெருமை மக்கள் மன்றத்தில் பதிவு செய்யப்பட்டன. மகாத்மா காந்தியடிகள், வீரசவார்கர், ஜி.பி. பந்து, பகத்சிங் போன்ற விடுதலை வீரர்களின் வாழ்க்கை வரலாறுகளைப் படமாக்கிய வட இந்தியத் திரையுலகும், விடுதலைக் கவிஞர் பாரதி, கப்பலோட்டிய தமிழன் வ.உ.சிதம்பரனார், கொடிகாத்த திருப்பூர்க்குமரன், வீரபாண்டிய கட்டபொம்மன், மருதுபாண்டியர் போன்றோரின் வரலாறுகளைப் படமாக்கிய தென்னிந்தியத் திரையுலகும் செய்த சேவைகளை எண்ணிப் பார்க்க வேண்டியுள்ளது. திரையுலகம் என்ற ஒன்று இருக்கும் வரை அந்த வரலாற்றுத் திரைப்படங்கள் அந்தந்தத் தலைவர்களின் நினைவுச் சின்னங்களாகவே நிலைத்திருக்கும். அதுபோலக் கக்கனின் வாழ்க்கை வரலாற்றில் அவர் கடந்து வந்த புனிதப் பாதையை எடுத்துக்காட்டித் திரைப்பட நினைவுச் சின்னத்தை உருவாக்கிய திரையுலகின் இயக்குநர் திலகங்களான திரு.பி.வாசு, திரு.சேரன் ஆகியோர் குறிப்பிடத்தக்கவர்கள். எவ்விதத் தன்னலம், திரையுலகிற்கே உரித்தான வணிகச் சிந்தனை ஆகியவற்றிலிருந்து முற்றிலும் மாறுபட்டுப் பொதுவாழ்வில் எப்படி நடந்து கொள்ள வேண்டும் என்பதற்காக மட்டுமே கக்கனை அடையாளம் காட்டியுள்ளதைப் பலரும் போற்றுகின்றனர். அவ்வாறு அடையாளம் காட்டிய திரைப்படங்களும் குறிப்பிடத்தக்கன. ‘வால்டர் வெற்றிவேல்’ திரைப்படத்தின் இயக்குநர் பி.வாசு அவர்கள் அப்படதில் வரும் ஒரு கதைமாந்தரின் உருவம், உடை ஆகிய அனைத்திலும் கக்கனைச் சித்தரித்துக் காட்டியிருக்கிறார் என்பது பலராலும் பேசப்படுகிறது.

திரைப்பட இயக்குநர் திரு. சேரன் அவரது ‘தேசிய கீதம்’ என்ற படத்தின் வசனத்தில் கூடக் கக்கனின் பெயரை உச்சரிக்க வைத்து நேரடியாகவே மக்களுக்கு உணர்த்தியிருக்கிறார். அப்படத்தில் வரும் ஒரு குறிப்பிட்ட கதை மாந்தரை

'முன்னாள் அமைச்சர் கக்கனை எண்ணியே படைத்தேன்' என்று மதுரை மேலூர் மண்ணுக்குச் சொந்தக்காரரான சேரன் தொலைக்காட்சிக்குப் பேட்டி அளித்தார். திரையுலகால் அடையாளம் காட்டப்பட்ட அரசியல் தலைவர்கள் வரிசையில் கக்கனும் இடம் பெற்றிருக்கிறார், என்பதை விடப் பொது வாழ்வில் எப்படி நடந்து கொள்ள வேண்டும் என்ற உயர்ந்த நோக்கின் நாயகனாக அடையாளம் காட்டப்பட்டிருப்பது திரையுலகம் கக்கனுக்குச் செய்த பெருமை என்று கொள்ள வேண்டும்.

93. செய்தித்தாள்களில்

அரசியல் பதவி வகிக்கும் தலைவர்களின் செய்திகளைப் பொதுவாக அனைத்து செய்தித்தாள்களும் வெளியிடுகின்றன. அதுபோலக் கக்கனைப்பற்றிச் செய்திகளும் நல்ல துணுக்குகளும் வெளியாகியுள்ளன. தனிமனித ஒழுக்கம், பண்பாடு அரசியல் நாகரிகம் ஆகிய அனைத்தையும் எடுத்துக்காட்டித் தலையங்கம் எழுதப்பட்டிருக்கும் ஒருசில அரசியல் தலைவர்களுள் கக்கனும் ஒருவர். அவ்வாறு கக்கனின் அரசியல் ஒழுக்கத்தை முதன்முதலில் தலையங்கத்தில் குறிப்பிட்ட பெருமை "துக்ளக்" இதழைச் சேரும். அவ்விதழின் ஆசிரியர் சோ. இராமசாமி அவர்கள், அவருக்கு உரித்தான சொற்றொடர்களால், 1981 டிசம்பர் இறுதியில் வெளியான துக்ளக் இதழில் எழுதி கக்கனைப் பெருமைப்படுத்தியிருக்கிறார்.

பெண்களை மட்டுமே பல கோணங்களில் படமாக்கி அட்டைப்படமிட்டு வணிகம் செய்யும் இதழ்களின் கூட்டத்திற்குள் கக்கனின் உருவத்தை அட்டைப் படமாக்கி வெளியிட்ட பெருமையும் துக்ளக் இதழ் ஆசிரியர் 'சோ'வையே சாரும்.

தினமணி நாளிதழ் பல காலக்கட்டங்களில் கக்கனின் பண்புகளை வெளிப்படுத்தியுள்ளது. அதற்கு முத்தாய்ப்பு வைத்தது போல் "தும்பைப்பூப் பொதுவாழ்வு" என்ற தலைப்பில் 20.4.2000 ஆம் நாள் தலையங்கம் ஒன்றை வெளியிட்டது.

94. நினைவு அஞ்சல் தலை வெளியீடு

ஒரு தனிமனிதனின் தொண்டு மதிக்கப்படுமேயானால் அவரை நினைந்து மதிக்கும் பொருட்டு அவரது உருவம் பொறித்த அஞ்சல்தலை வெளியிடுவது நடுவணரசின் அஞ்சல்துறை செய்யும் சிறப்பான பணிகளுள் ஒன்று. நடுவணரசு அல்லது பொது நிறுவனங்கள் அல்லது அரசியல் கட்சிகள் அந்தத் தனிமனிதனை அடையாளம் காட்ட வேண்டும். அப்போது தான் பரிந்துரை செய்யும் குழுவில் பரிந்துரையின்படி அஞ்சல் தலை வெளியிடப்படுகிறது.

எப்படித் தேர்வு செய்து வெளியிடுகிறார்கள் என்பது இங்குப் பொருத்தமில்லாத செய்தியாகத் தோன்றலாம். ஆனால் எந்த அரசும், எந்த அரசியல் கட்சியும், எந்தப் பொதுத் தொண்டு செய்யும் நிறுவனமும் கக்கனின் உண்மையான பொதுத் தொண்டினை நடுவணரசிற்கு அடையாளம் காட்டிக் கக்கனின் நினைவாக அஞ்சல் தலை வெளியிட வேண்டும் என்ற வேண்டுகோளை வைத்ததாகத் தெரியவில்லை. இப்படிப் பலரும் செய்ய மறந்து போன செயலைக் கக்கனின் நான்காவது தம்பி பி.வடிவேலு செய்திருக்கிறார். அவருக்கு இருக்கும் அரசியல் தொடர்புகளைக் கொண்டு அப்போதைய இந்திய நாட்டின் குடியரசுத்தலைவர் மேதகு கே. ஆர். நாராயணன் அவர்களுக்கு விண்ணப்பித்து நேர்முக வேண்டுகோளும் கொடுத்து, தம் அண்ணன் கக்கனின் நினைவு அஞ்சல்தலை வெளிவரப் பாடுபட்டிருக்கிறார். அதன் விளைவாகப் புதுடெல்லியில் இருக்கும் அஞ்சல் துறை உதவி இயக்குநர் (பொது) 17.01.1999 நாளிட்ட கடித எண் 16-123/99-PHIL மூலம் வடிவேலு அவர்களுக்கு அரசின் ஒப்புதலைத் தெரிவித்தார்.

அண்ணனுக்கு அஞ்சல் தலை வெளியிடுவது குறித்து அவரது தம்பியே முயன்றதில் ஒரு தன்னலம் இருப்பது போல் சிலருக்குத் தோன்றும். ஆனால், உண்மையான இந்திய விடுதலைப் போர்வீரனுக்கு இதுநாள் வரை நன்றி செய்ய மறந்து போன செய்தியை இப்படியொரு முயற்சியைச் செய்து

நாட்டின் தன்மானத்தைக் காத்த பெருமை வடிவேலுக்கு உண்டு. ஆனால், அத்துணைப் பெருமையும் அப்போதையஇந்தியக் குடியரசுத் தலைவர் கே. ஆர். நாராயணனையே சாரும் என்று அஞ்சல் தலை வெளியீட்டு விழா நன்றியுரையில் கூறியது பலருக்கும் வடிவேலுவின் பால் இருந்த மதிப்பை மேலும் உயர்த்தியது.

சென்னை அஞ்சல்துறை உதவி இயக்குநர் 09.12.99 நாளிட்ட கடிதஎண் PHIL /2-380/99இல் ஏதேனும் வெளியீட்டு விழாவிற்கு ஏற்பாடு செய்கிறீர்களா? என்று வடிவேலுவைக் கேட்டுக் கொண்டதற்கிணங்க கடிதத்தின் நகலை அவர் சார்ந்திருக்கும் தமிழ் மாநிலக் காங்கிரஸ் கட்சியின் நிறுவனர் தலைவர் திரு. ஜி.கே.மூப்பனார் அவர்களுக்கு அனுப்பி வைத்தார்.

திரு. மூப்பனார் அவர்கள் மணமுவந்து விழாவிற்கு ஏற்பாடு செய்தார். கக்கனின் ஒரே மகளான கஸ்தூரி சிவசுவாமி (தமிழ் மாநிலக் காங்கிரஸ் தாழ்த்தப்பட்டோர் பிரிவின் மாநிலத் துணைத் தலைவர்), வடிவேலு (த.மா.கா.மாநிலச் செயற்குழு உறுப்பினர்) மற்றும் கக்கனின் குடும்பத்தினர் பலரும் கலந்து கொள்ளும் வகையில் விழா ஏற்பாடு செய்யப்பட்டது. சென்னை அவ்வை சண்முகம் சாலையில் அமைந்துள்ள "காதி கிராமோத்பவனில்" தமிழ்நாடு முதன்மை அஞ்சல் துறைத்தலைவர் திரு.எஸ்.ஜெயராமன் அவர்கள் கக்கன் நினைவு அஞ்சல் தலையைக் கொடுக்கத் திரு.ஜி.கே.மூப்பனார் அவர்கள் 09.12.1999 ஆம் நாள் வெளியிட்டார். நாடாளுமன்ற உறுப்பினர் ஜெயந்தி நடராசன், பீட்டர் அல்போன்ஸ், முன்னாள் அமைச்சர் தனுஷ்கோடி ஆதித்தன், சட்டமன்ற முன்னாள் உறுப்பினர் கே. பாரமலை, டி.பி. ஏழுமலை ஆகிய தலைவர்களும் பல சட்டமன்ற உறுப்பினர்களும் கலந்து கொண்டனர். அதே நாளில் வைத்தியநாத அய்யர் அவர்களுக்கும் சென்னைத் தியாகராயர் நகரிலுள்ள அரிசன சேவாசங்க வளாகத்தில் அஞ்சல்தலை வெளியிடப்பட்டது.

95. எதிரியும் பாராட்டும் பண்பாளர்

இந்தியக் குடியரசுத் தலைவர் தேர்தல் வெற்றிகரமாக முடிந்த நிலையில் பிரதமர் இந்திரா காந்தி 1970ஆம் ஆண்டு இறுதியில் நாடாளுமன்றத்தைக் கலைத்தார். அதனால், 1971 ஆம் ஆண்டு நாடாளுமன்றத்திற்குப் பொதுத் தேர்தலை நடத்த வேண்டிய நிலை உருவானது. 'காங்கிரஸ்–ஓ' தனித்துப் போட்டியிடத் தீர்மானித்தது. பெருந்தலைவரின் கட்டளைக்கு இணங்க 1971ஆம் ஆண்டு நடைபெற்ற நாடாளுமன்றத் தேர்தலில் 'ஸ்ரீபெரும்புதூர்' நாடாளுமன்றத் தொகுதியில் 'ஸ்தாபன காங்கிரஸ்' சார்பாகக் கக்கன் வேட்பாளராக நின்றார். அப்போது தமிழ்நாட்டின் சட்டமன்றத் தேர்தலும் நடைபெற்றது. இந்திரா காங்கிரஸ் கட்சியும் திராவிட முன்னேற்றக் கழகமும் கூட்டணி அமைத்திருந்தன. ஸ்ரீபெரும்புதூர் நாடாளுமன்றத் தொகுதியில் ஐந்து சட்டமன்றத் தொகுதிகள் அடங்கி இருந்தன. அவற்றுள் ஒன்று பரங்கி மலைத் தொகுதி. இந்தப் பொதுத் தேர்தலில் எம்.ஜி.ஆர், திராவிட முன்னேற்றக்கழகத்தின் சட்டமன்ற வேட்பாளராகப் பரங்கிமலைத் தொகுதியில் நின்றார்.

இந்திய நாட்டில் எவருக்கும் கிடைக்காத அளவுக்கு மிகப்பெரிய வரவேற்பு இவருக்கு இருந்தது. ஸ்ரீபெரும்புதூர் நாடாளுமன்றத் தொகுதியில் போட்டியிட்ட கக்கன், பரங்கிமலைத் தொகுதியில் மிகப்பெரிய வரவேற்பை மக்களிடம் பெற்றிருந்த எம்.ஜி.ஆரை எதிர்த்துத் தேர்தல் பிரச்சாரம் செய்தார். மற்றவர்களைப் போல் இல்லாமல் கக்கன், தமக்கே உரித்தான பண்பு நிறைந்த பாணியில் எதிர்க்கட்சி வேட்பாளரை விமர்சனம் செய்து பிரச்சாரம் செய்தார். இதை வெற்றிபெற்ற வேட்பாளரான எம்.ஜி.ஆரும் பாராட்டிப் பேசினார். எனினும் தி.மு.க. 'காங்கிரஸ்–ஐ'க்கு ஆதரவு அளித்ததால், அந்த வேட்பாளரே வெற்றிபெற்றார். கக்கன் வெற்றி வாய்ப்பை இழந்தார். அகில இந்திய அளவில் நாடாளுமன்றத் தேர்தலில் 'காங்கிரஸ்–ஐ' அதிகமாக வெற்றி பெற்று, நாடாளுமன்றத்தின் மிகப்பெரிய பெரும்பான்மையைப் பெற்றது. இந்திரா காந்தி மத்தியில் ஆட்சி

அமைத்தார். தமிழ்நாட்டில் சட்டமன்றத்தில் தி.மு.க.விற்குப் பெரும்பான்மை கிடைத்ததனால் மு.கருணாநிதி தலைமையில் ஆட்சி அமைந்தது

96. கக்கனை நேசித்த கருணையாளர்கள்

கிட்டத்தட்ட நடமாட்டம் இல்லை என்று சொல்லும் அளவிற்கு உடல் நலம் குன்றிய நிலையிலிருந்தார் கக்கன். உதவி என்ற அளவில் தன் மனத்தை வடிவமைத்துக் கொள்ள இயலாத பலர் கக்கனின் இயலாமையால் ஏற்படும் முன்கோபத்தினைத் தாங்க முடியாமல் ஓடிப்போய் விட்டனர். அந்தக் காலக்கட்டத்தில் தான் விஜயன் கக்கனைச் சந்தித்தார். வேலை ஏதேனும் வாங்கித் தந்து உதவுவார் என்று எண்ணி வந்த விஜயனே கக்கனுடன் இருந்து உதவ வேண்டியதாகி விட்டது.

மதுரை மேலூர் வட்டப் பொய்கைப்பட்டியைச் சேர்ந்த காங்கிரஸ் தொண்டர் மாணிக்கம் பிள்ளையின் பேரன் தான் இந்த விஜயன். இவர் 1978ஆம் ஆண்டு முதல் கக்கனின் இறுதிக்காலம் வரை இருந்து உதவினார். நெருங்கிய உறவினர்கள், ஈன்ற பிள்ளைகள் போன்றோர் கூடச் செய்ய மனம் சுளிக்கும் செயல்களை அருவருப்புப்படாமல் செய்து கக்கனைக் கவனித்துக் கொண்டார். தம்மை இலவச அரசினர் விடுதியில் சேர்த்து பள்ளிப்படிப்பைத் தொடர உதவியவர் இவர்தாம் என்று சொல்லிக் கொண்டே கக்கனுக்குப் பணிவிடை செய்தவர் விஜயன். கக்கனின் பிள்ளைகள் விஜயனைத் தமது வீட்டுப் பிள்ளையாகவே இன்றும் கருதி வருகின்றனர். இவர் தற்போது தமிழ்நாடு அரசு நுகர்பொருள் வாணிபத்துறையில் பணியாற்றி வருகிறார். கக்கன் தமது கல்விக்குச் செய்த உதவியை அடிக்கடி நினைவு கூர்வதைப் பார்க்கிறபோது "ஒன்று விதைத்தால் ஒன்பது விளையும்" என்னும் பழமொழி நினைவுக்கு வருகிறது.

அறுபதாம் கல்யாணம் நடத்திய திரு. எம். பக்தவச்சலம்

அமைச்சரவையில் தம்மோடு அமைச்சராக இருந்தார் என்பதோடு மட்டுமல்லாமல் கக்கனைத் தம் நண்பராகவும் கொண்டிருந்தார் பக்தவச்சலம். திருப்பதியில் பக்தனுக்கு அறுபதாம் கல்யாணம் நடத்த முடிவு செய்திருப்பதை அறிந்த திரு. பக்தவச்சலம் குடும்பத்துடன் வந்திருந்த அந்நிகழ்ச்சியை முன்னின்று

நடத்தி வைத்தார். தங்கத் தாலி, தாலிக் கொடி, அன்பளிப்பு வழங்கி நடத்தி வைத்ததைக் கக்கனின் பிள்ளைகள் நன்றியோடு நினைவு கூர்கின்றனர். மணிவிழா நடத்த பொருளும், பொதுமக்களும் இல்லாத சூழ்நிலையில் திரு. பக்தவச்சலம் செய்து வைத்த இந்நிகழ்ச்சி இறை நம்பிக்கையுடைய கக்கனின் இதயத்திலிருந்த இன்னலை நீக்கியது.

இறுதி வரை துணை நின்ற இன்முக சசிவர்ணத் தேவர்

சிவகங்கை மன்னர் மாளிகையோடு மிக நெருங்கிய உறவுடைய சசிவர்ணத் தேவர் கக்கனின் இளமைக்காலம்முதல் நண்பராக இருந்தார். கக்கனின் திருமண நிகழ்வுகளில் கலந்துகொண்ட இவர் கக்கனின் உயர்வுகளுக்குப் பல்வேறு நிலைகளில் துணை நின்றிருக்கிறார். கக்கனின் ஒரே மகள் கஸ்தூரியின் திருமணத்திற்கு இரு வீட்டாருக்கும் இடையில் பாலமாக இருந்து திருமணத்தைச் சிறப்பாக நடத்தியவர். அரசியல் உயர்வுகளில் உதவிய திரு. மருதய்யா, திரு. கண்ணய்யா, சீனி செட்டியார், வேணு கோபால் செட்டியார் போன்றவர்களைப் போல் கக்கனின் குடும்ப ஆலோசகராக இருந்து உதவியவர்.

> **“நண்பனுக்காக உயிரைக் கொடுப்பது கூட எளிது; ஆனால் உயிரைக் கொடுக்கக்கூடிய அளவுக்குத் தகுதி உடைய நண்பன் கிடைப்பதுதான் அரிது”**

– அறிஞர் கதே

97. உன்னத நெறி நின்ற உத்தமர்

ஒரு மனிதனின் உயர்வும் தாழ்வும் அம்மனிதனின் நடைமுறைப் பழக்க வழக்கங்களைப் பொறுத்தே அமையும். தாம் கடந்து வந்த பாதை சரியான பாதை என்றால் அம்மனிதன் தமது வாழ்நாளில் தாழ்வைச் சந்திக்கமாட்டான். அப்படித் தாழ்வு வரும் காலத்திலும் தமது நல்வழி நடையில் மாற்றம் பெறாதவன் மக்களால் மதிக்கப்படுகிறான். இந்த வகையில் கக்கன் கடந்து வந்த பாதையையும், தாழ்வு வந்த காலத்தில் தன் நிலை மாறா உள்ளத்தையும் எடை போட்டுப் பார்த்தால்தான் அவரது உண்மையான வண்ணமும் உருவமும் விளங்கும்.

பொதுத்தொண்டனாக, விடுதலை வீரனாக, அரசியல் தலைவனாக, மாநிலக்கட்சித் தலைவனாக, நாடாளுமன்ற உறுப்பினராக, மாநில அமைச்சராக இப்படிப் பல நிலைகளையும் கடந்து வந்த இவர் எப்படியெல்லாம் நடந்து கொண்டார் என்று நுணுகிப் பார்ப்பது அவரது பண்பாட்டை உள்ளம் என்ற உரைகல்லில் உரைத்துத் தரம் பார்ப்பது போலாகும். அப்போதுதான் கக்கனின் வாழ்க்கை நடையில் எத்துணைத் தரம் வாய்ந்த பண்பாடு ஒளிந்து கிடக்கிறது என்பதை முழுமையாக அடையாளம் கண்டு கொள்ள முடியும்.

98. தன் நெஞ்சறியப் பொய்யாதவர்

1962ஆம் ஆண்டு நடைபெற்ற பொதுத்தேர்தலின் போது வேட்பாளர்களைத் தெரிவு செய்யும் பொறுப்பாளர்களில் கக்கனும் ஒருவர். விண்ணப்பிக்கும் ஒவ்வொரு உறுப்பினரும் ரூ.25,000/-க்குக் காசோலையை முன்கூட்டியே கட்சிக்குக் கொடுக்க வேண்டும் என்ற நடைமுறை பின்பற்றப்பட்டு வந்தது. அந்த நடைமுறைப்படியே மதுரைப் பாரமலை அவர்களையும் பணத்திற்கான காசோலையைக் கட்டுமாறு பணித்தார் கக்கன். ‘நான் காசோலை வேண்டுமானால் தருகிறேன். ஆனால் வங்கியில் அதற்கான பணம் வழங்கப்படவில்லை என்றால் நான் பொறுப்பல்ல’ என்று வேடிக்கையாகச் சொன்னார் பாரமலை. இதோ பார் ஆண்டிப்பட்டி ‘நல்லகாம் கட்டிவிட்டார். அதுபோல் நீயும் கட்டிவிடு’ என்று கக்கன் சொன்னதும் ‘யார் வேண்டுமானாலும் காசோலை கொடுக்கலாம். ஆனால், அதை ஏற்று வங்கி பணம் வழங்க வேண்டுமே’ என்றார் பாரமலை. ‘என்னப்பா இது? காசோலை கொடுத்தால் பணம் கொடுத்துத் தானே ஆகணும்? நீ சொல்வது எனக்கு ஒன்றும் விளங்கவில்லை’ என்றார் கக்கன். அது பின்னால் தெரியும் என்பதோடு அமைதியானார் பாரமலை.

அடுத்த கொஞ்சநாளில் கக்கனும் பாரமலையும் காரில் சென்று கொண்டிருக்கும்போது பாரமலையைப் பார்த்து ‘நீ சொன்னது சரிதான்’ என்றார் கக்கன். ‘எதைச் சொல்கிறீர்கள்’ என்று பாரமலை கேட்டதும் ஆண்டிப்பட்டி “நல்லகாம்” கொடுத்த காசோலை வங்கியில் பணமில்லை என்ற காரணம் காட்டித் திரும்ப வந்து விட்டது என்ற செய்தியை விளக்கினார் கக்கன்.

1964ஆம் ஆண்டு முதல் நாடாளுமன்ற உறுப்பினர், சட்டமன்ற உறுப்பினர், மாநில அமைச்சர் போன்ற பொறுப்புகளில் இருந்த கக்கனுக்கு வங்கிக் கணக்கில் பணம் இல்லாமலேயே காசோலை வழங்கலாம் என்ற செய்தி தெரியவில்லை. பணம் இருந்தால் தான் காசோலை வழங்க வேண்டும், இல்லையேல் வழங்கக்கூடாது என்ற உண்மையான சிந்தனை மட்டுமே

கக்கனின் நெஞ்சம் பெற்றிருந்தது. வங்கிக் கணக்கில் பணம் இல்லாமலேயே கள்ளத்தனமாகக் காசோலை வழங்கிப் பிறரை ஏமாற்றலாம் என்பது உள்ளிட்ட பல தவறான செயலுக்குரிய எண்ணம் அவர் நெஞ்சம் கொண்டதே இல்லை. தமது நெஞ்சம் அறிய ஒரு பொய்யான செயலை எந்தச் சூழலிலும் செய்யக்கூடாது என்ற உயர்ந்த உள்ளம் இருந்தமையால் தான் அவ்வாறான சிந்தனைக்குத் தம்மை உட்படுத்திக் கொள்ளாமல் வாழ்ந்தார் என்ற இச்செய்தியை சட்டமன்ற முன்னாள் உறுப்பினர் திரு. பாரமலை அவர்கள் நெஞ்சாரப் புகழ்ந்து மகிழ்கிறார்.

அரசியல்வாதிகள் என்றாலே பொய்யான பல செயல்களைச் செய்பவர்கள் என்ற சிந்தனையுடைய மக்களிடையே வாழ்ந்த கக்கன், 'தன் நெஞ்சறியப் பொய்யற்க' என்ற தடத்தில் தமது அரசியல் வாகனத்தைத் தடம் புரளாமல் செலுத்தினார். அதனால்தான் மக்கள் மனம் என்ற விண்ணுலகில் இன்னும் மின்னும் விண்மீனாய்த் திகழ்கிறாரோ?

> "வாழ்ந்தால் நெருப்பைப்போல் வாழ வேண்டும்; அது அணைந்து போகக்கூடத் தயாராக இருக்கும்; குளிர்ந்து போகத்தயாராய் இருக்காது".
>
> – டாக்டர் மு.வ.

99. எளிமையின் ஏந்தல்

மிக எளிய குடும்பத்தில் பிறந்த கக்கன், தமது பனிரெண்டாவது வயதில் பண்ணை வேலைக்குச் சென்று பின்னர் கல்வியில் ஆர்வம்காட்டி படிப்படியாக மாவட்ட ஆட்சிக்குழு உறுப்பினர், மாநில காங்கிரஸ் தலைவர், அரசியல் சட்ட அமைப்புச் சபை உறுப்பினர், நாடாளுமன்ற உறுப்பினர், மாநில அமைச்சர் என்று மிகப்பெரிய பொறுப்புகளை வகித்தபோதும், பின்னால் அப்பதவிகளை இழந்து வறுமையில் வாடியபோதும் தமது வாழ்க்கைப் பாதையில் தடம் புரளாமல், பொருள் ஈர்ப்பின் மீது சலனம் கொள்ளாமல் வாழ்ந்து காட்டிய பெருமை கக்கனுக்கு உண்டு. எனவே அவரது வாழ்க்கை நமக்குப் பாடமாக அமைந்திருக்கிறது என்பதில் ஐயமில்லை.

ஆனால், காந்தியைப் பின்பற்றி நடந்த ஒரு வினோபாவயைப் போல, இராமகிருஷ்ண பரமஹம்சரைப் பின்பற்றி நடந்த விவேகானந்தரைப் போல, கக்கனைப் பின்பற்றி நடக்க யார் உள்ளனர்? என்ற கேள்வியையும் சிலர் எழுப்புகின்றனர்.

மேலும் இவர் தமக்குத் தேவையான அடிப்படை வசதிகளைக் கூட செய்து கொள்ளாமல் இருந்ததையும் தமது சொந்த வாழ்க்கையைப்பற்றிய எதிர்கால சிந்தனையின்றி வருவாயில் ஒரு குறிப்பிட்ட விழுக்காட்டை மீதம் செய்யாமல் வாழ்ந்ததையும் ஏற்றுக் கொள்ள முடியாது. இவர் அடிப்படை வசதிகளைப் பெற்று வாழ்ந்ததாகக் கொண்டாலும் இவரது உண்மையான அரசியல் நேர்மைத் தொண்டினைக் குறைசொல்ல வாய்ப்பில்லை. அதனால், தற்காத்துக் கொள்ள வேண்டும் என்ற காப்பின்றி வாழ்ந்தார் என்பதை ஒப்புக் கொண்டே ஆக வேண்டும் என்றும் ஒருசிலர் வாதிடுகின்றனர்.

பொதுவான பொருளியல் சிந்தனை கொண்ட வாழ்க்கை நடைமுறையில் மேற்கண்ட விவாதம் ஏற்றுக்கொள்ளத் தக்கதுதான். ஆனால், பொறுப்புள்ள குடிமகன் என்ற முறையிலும், கொண்ட பதவியால் எவ்வித பலனும் அடையக்கூடாது

என்ற கொள்கையும், அரசு வழங்குகிற ஊதியத்தில் தம்மால் என்னென்ன வசதிகள் செய்து கொள்ள முடியுமோ அவற்றை மட்டுமே செய்து கொள்ள வேண்டும் என்ற பிடிவாதமும் கொண்டிருந்தார். பொருள் ஈட்டும் அடிப்படையில் தமது வாழ்க்கையைச் சிந்திக்கவில்லை. பழிக்கு அஞ்சாமல் இழிவான செயல்களைப் புரிந்து, செல்வந்தராக வாழ்வதைவிடக் கொடிய வறுமை தாக்கினாலும் கவலைப்படாமல் நேர்மையாளராக வாழ்வதே மேல் என்று

"பழிமலைந் தெய்திய ஆக்கத்தின் சான்றோர்
கழிநல் குரவே தலை"

என்ற வள்ளுவரின் வாக்கை அவர் உணர்ந்திருந்ததாகத் தெரிகிறது. மேலும் ஆள்பலத்தைக் காட்டி அரசியல் நடத்தும் பழக்கம் இல்லாததாலும், தம்மோடு பிறர் சேர்ந்தால் தமக்குக் களங்கம் கற்பித்து விடுவார்கள் என்று அஞ்சியதாலும் தனித்தே வாழ்ந்து பண்பாடு நிறைந்த அரசியல் வித்தகராக வாழ்ந்திருக்கிறார் என்றே சொல்லலாம். *Mr. Gandhiji what is your message?* என்று கேட்டபோது காந்தியடிகள் *My life is my message* என்றார். இந்தத் துணிச்சல் எத்தனைப் பேருக்கு வரும்?. ஒருவேளை கக்கனைக் கேட்டிருந்தால் அவரும் இதே பதிலைச் சொல்லியிருப்பாரோ? காரணம், இச்செய்தி கக்கனுக்கும் நூற்றுக்கு நூறு விழுக்காடு பொருந்துகிறது என எண்ணும்போது மிகச் சிறந்த ஒரு காந்தியவாதியைக் காணமுடிகிறது.

"வாடிய பயிரைக் கண்டபோதெல்லாம் வாடினேன்" என்ற வள்ளலார், தமக்குப் பின் எவரையும் அடையாளம் காட்டவில்லை, "எனது வாழ்க்கையே உங்களுக்குப் பாடம்" என்ற காந்தியடிகளும் தமக்குப்பின் எவரையும் அடையாளம் காட்டவில்லை. அதுபோலவே கக்கனும் தன்னலமற்ற தத்துவ வேள்வியில் தாமே ஒளியானாரே தவிர வேறு எவரையும் அடையாளம் காட்டவில்லை. ஆக, இன்றைய அரசியல்வாதிகளின் வாழ்க்கை நடைமுறையிலிருந்து இவரது வாழ்க்கை முற்றிலும் வேறுபட்டே காணப்படுகிறது. கொண்ட கொள்கையில் தளராத பிடிப்பு, கலங்கமற்ற அரசியல் நடைமுறை, அதிகார விளிம்பிற்குள்ளேயே நின்று செயல்படும் ஆளுமைத்தன்மை, மக்களால் வழங்கப்படும் பதவியின்

பெயரால் செய்யப்படும் அனைத்துச் செயல்களும் நாட்டின் வளர்ச்சிக்கும் சமுதாய மேம்பாட்டிற்கும் பயன்பட வேண்டும் என்ற பொது நோக்கு இவை அனைத்தும் ஒருங்கே பெற்ற கறை படாக் கரத்திராக கக்கன் வாழ்ந்து காட்டினார் என்பதே மக்களின் தீர்ப்பு.

எதிர்கட்சித் தலைவர்களும், தொண்டர்களும் கூட இவரைக் கறைபடாக் கரத்தினர் என்று ஒப்புக் கொண்டிருக்கிறார்கள். இந்தச் சிறப்பும் புகழும் பல தலைவர்களால் பொது மேடைகளில் மக்களுக்கு எடுத்துக்காட்டப்படுகின்றன. எனவே, இந்த மண்ணுலகில் அவரது உடல் மறைந்து விட்டாலும் அவரது நேர்மையால், உண்மையான தொண்டால் இன்றும் மக்கள் மனங்களில் கக்கன் வாழ்ந்து கொண்டிருக்கிறார்.

100. இறவா வாழ்க்கையும், இறுதிக் காலங்களும்

1979 ஆம் ஆண்டின் தொடக்கத்தில் மதுரைக்குச் சென்ற கக்கன், உடல் நலம் பாதிக்கப்பட்ட நிலையில் மருத்துவமனையில் சேர்க்கப்பட்டார். சிகிச்சை பெற்றும் உடல் நலம் தேறியபாடில்லை. சென்னைக்கு அழைத்து வரப்பட்டார். உடல்நலம் படிப்படியாகப் பாதிக்கப்பட்ட நிலையில 1981 ஆம் ஆண்டு அக்டோபர் மாதம் சென்னை அரசு பொது மருத்துவமனையில் சேர்க்கப்பட்டார். அன்றைய முதல்வர் எம். ஜி.ஆரின் ஆணையின் பேரில் சிறப்பான முறையில் சிகிச்சை அளிக்கப்பட்டது. ஆனால், முதுமை காரணமாகச் சிகிச்சை பலனளிக்கவில்லை. சுயநினைவு திரும்பாத நிலையிலே சுமார் இரண்டு மாதங்களுக்குப் பின்னர் 1981 ஆம் ஆண்டு டிசம்பர் 23 ஆம் நாளன்று கக்கன் இயற்கை எய்தினார்.

மனிதன் பிறப்பதும் இறப்பதும் இயற்கை. இதில் சிலரின் உடல் அழிந்து போனாலும் அவர்கள் பெற்ற புகழ் அழிவதில்லை. வாழ்ந்த காலங்களில் மனித சமுதாயத்திற்கும் அவர்களது தாய் நாட்டிற்கும் என்னவெல்லாம் செய்தார்கள் என்பதைப் பொறுத்தே அந்தப் புகழ் அமைகிறது. ஒரு மனிதன் வாழ்ந்தான் என்று சொன்னாலே அவன் மக்கள் மனத்தில் இடம் பிடித்துள்ளான் என்பதைக் குறிக்கும். வாழும்போது மட்டுமல்லாமல் மரணத்திற்குப் பின்னும் அவன் மக்களால் நினைவு கொள்ளப்பட்டால் மட்டுமே அவன் வாழ்ந்ததாகக் கொள்ள முடியும். இதைத்தான் “வசையொழிய வாழ்வாரே வாழ்வார்” என்றார் வள்ளுவர். அப்படியானால் ஒரு மனிதனின் வாழ்க்கை வெற்றி பெற்றதா? தோல்வியுற்றதா? என்பதை அம்மனிதனின் மரணத்திற்குப் பின் நிலைத்து நிற்கும் எச்சத்தைக் கொண்டே அளவிட வேண்டும். இந்த அளவுகோலைக் கொண்டு அளவிட்டால்தான் கக்கனின் 72 ஆண்டுகால வாழ்க்கை வரலாற்றை நன்கு உணர்ந்து கொள்ள முடியும்.

எச்சம் என்பதை, அவரவர் ஈன்ற பிள்ளைகள் என்று பலர் பொருள் கூறுவதைப் பார்க்கிறோம். ஆனால், அது பொருந்தாப்

பொருளாகத் தோன்றுகிறது. காரணம் பிள்ளைகள் இல்லாத பெருந்தலைவர்களுக்கு இது பொருந்துவதில்லை. முன்னால் முதல்வர் பெருந்தலைவர் காமராசர் திருமணமே செய்து கொள்ளவில்லை. அப்படியானால் அவரை மேற்சொன்ன அளவுகோலைக் கொண்டு அளவிட முடியாத நிலை வந்து விடும். பெருந்தலைவர், ஏழைப்பங்காளன் என்று சொன்னால் காமராசரை மட்டுமே குறிக்கும். அந்த அளவிற்குப் புகழெச்சம் நிரம்பிய தலைவர் காமராசர்.

எனவே எச்சம் பலவகையானது என்று ஊகிக்க முடிகிறது. எச்சம் என்பது ஒருவர் நினைத்தவை, பேசியவை, செய்தவை என விரிவாகப் பொருள் கொண்டு அவற்றை, சொல்லெச்சம், செயலெச்சம், அடையாள எச்சம் என்று மூன்று வகைக்குள் அடக்கலாம்.

ஒரு மனிதனால் சொல்லப்படும் கருத்துக்கள் மக்களால் ஏற்றுக் கொள்ளப்பட்டு அவை மீண்டும் மீண்டும் மக்களின் வளர்ச்சிக்குச் சொல்லப்படுமேயானால் அவை சொல்லெச்சம் ஆகும். இதற்கு விவேகானந்தரின் அறிவுரைகளை உதாரணமாகக் காட்டலாம். அவரது பொன்மொழிகள் மக்களால் ஏற்றுக் கொள்ளப்பட்டதை நம்மால் காண முடிகிறது.

தமது வாழ்க்கையை அடையாளம் காட்டி, அதுபோலவே பிறரும் வாழ வழிகாட்டியாக அமைத்துக் கொள்வது செயலெச்சம் ஆகும். காந்தியடிகள், வள்ளலார் போன்றோர் அவர்களது வாழ்க்கையையே அடையாளமாகக் காட்டினர். அதையும் மக்கள் ஏற்று நடந்து கொள்வதைப் பார்க்கிறோம்.

எவராலும் கண்டுபிடிக்க முடியாத ஒன்றைக் கண்டுபிடித்து அல்லது பிறரால் செய்யமுடியாத ஒன்றைச் செய்து வைத்து, அதை வருங்கால மக்கள் கண்டுபிடித்தவன் - செய்து வைத்தவன் பெயரைச் சொல்லும் அளவிற்குச் செய்து வைப்பது அடையாள எச்சம் எனப்படும். தம் மனைவியின் மேல் கொண்டிருந்த அன்பின் காரணமாக நினைவாலயம் என்ற பெயரில் கட்டப்பட்ட தாஜ்மஹால் இதற்கு எடுத்துக்காட்டாகக் கொள்ளலாம்.

மனிதர்களை எடைபோட்டு அறிய இந்த மூன்று அளவுகோல்கள் போதுமானவை என்று தோன்றுகிறது. அவ்வகையில் அரிதான தலைவர்களில் ஒருவராக, அரசியல் அறத்தின் எச்சமாக இன்றும் நம்மிடையே வாழ்ந்து கொண்டிருக்கிறார் கக்கன்.

‘‘பிழைக்கத் தெரியாதவர்கள் என்று
பழிக்கப்படுபவர்களால்தான்
இந்த உலகம்
பிழைத்துக்கொண்டிருக்கிறது’’